தஞ்சை வீழ்ச்சி

கா. ந. அண்ணாதுரை

Title: Thanjai Veezhchi

Author: C. N. Annadurai

Language: Tamil

First Published on: 1953

Year of Publication: 2024

Book Format: Paperback

*Page Size: 6inch * 9inch*

Category: Fiction

Subject: Short Novel

No. of pages: 60

ISBN: 978-81-987963-6-3

Published by: Nilan Publishers, Madurai, Tamilnadu, India

பொருளடக்கம்

குறிப்புகளுக்காக

தஞ்சை வீழ்ச்சி

பகுதி: 1

சிங்கம் இரை கிடைக்காது திகைத்தாலும், சிறு நரிக்கு எங்கேனும் ஏதேனும் இரை கிடைத்துவிடும் என்பர்! வீரர்கள் வாழ்வு இழந்து, தாழ்வு தீண்டிடும் வேதனை நிலை பெறுவதுண்டு - வஞ்சகர்களோ எப்படியோ, எதைச் செய்தோ, வாழ வழி அமைத்துக் கொள்வர். இந்தச் சோகச் சுமையை, தமிழக வரலாற்றுச் சுவடியிலே காணலாம் - தெளிவாகவும் விளக்கமாகவும் இராது - ஓரிரு வரிகள் - சிறுசிறு சம்பவங்கள் முறையிலே!!

முடிதரித்த மன்னர்கள் அரசு இழந்தால் அல்லற்படுவர்!

புதிய முலாம் பூசப்பட்டவர்கள் மன்னர்களாகி, புது வாழ்வு துவக்குவர்.

அரசர்கள், வாழ்வு தாழ்வு எனும் இரு நிலைகளிலும் உருட்டப்படுவர். கால வேகத்தால். ஆனால், புரோகிதரோ, புன்னகையை இழந்ததில்லை! மன்னன் மாறுவான்; மணிமுடி, சிரம் மாறும்; மறையவர் குலத்துதித்து அரசவையில் இடம் பிடித்த ‘ஜடாமுடி’யில் நிலைமாறாது.

‘இவர்களல்லவா பாக்கியசாலிகள் என்பர் பாரும் - இவர்களின் முழு உருவம் இது மட்டுமல்ல.

நாட்டு நிலை மாறினாலும் தங்கள் நிலையிலே தாழ்வு புகாதபடி பார்த்துக் கொள்ளும் திறமைசாலிகளாக மட்டுமல்ல, புரோகிதர் இருந்தது - நாட்டுநிலை இப்படி

இப்படி மாறிவிடக் கூடும் என்று முன்கூட்டியே அறிந்துகொண்டு, அதற்கேற்பத் தங்களைத் தயாராக்கிக் கொள்ளும் யூகசாலிகள்!!

அதுமட்டுமா! நாட்டின் நிலையை இவ்வண்ணம் மாற்றி அமைத்தால், தமது நிலையிலே இவ்வண்ணம் ஏற்றம் கிடைக்கும் என்று யூகித்து, யாரும் அறியா முறையில், எவரும் குறை கூறாத தன்மையில், நாட்டு நிலையை மாற்றி அமைப்பர்.

இதன்படி, மணிமுடிகள் உருண்டிடவும், மண்டலங்கள் கை மாறிடவும், மன்னர்கள் ஓடிடவும், மாமிசப் பிண்டங்கள் மன்னர்களாகிடவுமான, 'சம்பவங்களை' உண்டாக்கி வந்தனர். புரோகிதர்கள்; குருமார்கள் என்ற நிலைக்குக் குறைவு ஏதும் ஏற்படாத வகையிலே, இந்தச் 'சம்பவங்களை' உண்டாக்குவர்.

அரசுக்குள்ளே சமர் மூளும் - களங்களிலே கழுகுகள் வட்டமிடும் - அரண்மனைகளிலே அழுகுரல் எழும் - கோட்டை கொத்தளங்கள் தூள் தூளாகும் - அகழிகளிலே முதலைகளுக்கு விருந்து கிடைக்கும் - இந்த நாட்டுக்கும் அந்த நாட்டுக்கும் போர் என்று சரிதம் இந்தச் சம்பவத்துக்குப் பெயரிடும் - ஆனால், மிகமிகக் கவனமாகக் கூர்ந்து பார்த்து, விடுபட்ட வரிகள், துண்டாடப்பட்ட நிகழ்ச்சி ஓவியங்கள் ஆகியவற்றைக் கண்டறிந்தால் சரிதம் வெளிப்படையாகக் கூறாமலிருக்கும் உண்மையைத் தெரிந்து கொள்ளலாம். வீண் வேலை என்றெண்ணிச் சிலரும், விஷவாடை வெளியாகிவிடுமே என்று சிலரும், விளக்கமறிவது சிரமமான காரியமாயிற்றே என்று சிலரும், இருந்து விடுகின்றனர் - இதனால் முழு உண்மை மங்கி, மடிந்துவிடுகிறது. கமண்டல நீருக்கும், மக்களின் குருதிக்கும் இருந்துவந்த பயங்கரத் தொடர்பு மறைக்கப்பட்டுவிடுகிறது. மங்கிக் கிடக்கும் உண்மைகள், தேய்ந்து தெரியும் சம்பவங்கள் - இவைகளிலே

ஒன்று, தஞ்சை வீழ்ச்சி - வீரம், வஞ்சகத்தால் வதைக்கப்பட்ட விபரீதச் சம்பவம்.

தஞ்சைத் தரணி தமிழகத்தின் பூஞ்சோலை - அன்றும்!

கடல் கொந்தளித் தெழுந்ததால் புயல் கிளம்பி, இன்று அந்தப் பூந்தோட்டம் அழிவுற்றுக் கிடக்கிறதே அதுபோன்றே கமண்டல நீர் கொந்தளித்தது; வஞ்சகப் புயல் வீசி, தஞ்சைத் தரணியை முன்னமோர் நாள் பிணக்காடு ஆக்கிற்று!

தஞ்சை செல்வோம் - ஆண்டு 1673! ஆள்பவர், வேந்தன் விஜயராகவன்!!

தஞ்சைத் தரணி மட்டுமல்ல, தமிழகமே வைதீக ஆரிய மார்க்கத்துக்கு இரையாகிவிட்டிருந்தது - எனவே, புரோகித வகுப்பாருக்கு, அளவுகடந்த செல்வாக்கு. வீரத்தாலல்ல, பக்தியினால்தான். மன்னர்கள் புகழ் தேடுவது என்ற முறை வலுத்துவிட்ட காலம் அது. இத்தனை களம் கண்டான், வீரப்போரில் ஈடுபட்டு இவ்வளவு தழும்புகளை உடலில் பெற்றான் என்று மன்னர்களைக் குறித்துப் புலவர் பெருமக்கள் வியந்து பாடும் காலம் அல்ல - இன்னின்ன கோயில்களைக் கட்டினான் - இலட்சம் பிராணமர்களுக்கு அன்னதானம் அளித்தான் என்று பிராமணோத்தமர்கள் பாராட்டிப் பேசி, ஆசீர்வாதம் செய்து வந்த காலம்.

மன்னர் மகனுக்கு ‘அட்சராப்பியாசம்’ (கல்வி துவக்கம்) நடக்கும். நவரத்தினங்களைக் கொட்டி, அதைக் கொண்டு, அரசகுமாரனை, ஓர் அந்தணர் எழுத வைப்பார்! பிறகு நவரத்தினங்கள், அந்தணர்களுக்குத் தானாமாகத் தரப்படும். அப்போதுதான், அரசகுமாரன் புத்தியில் ‘பிரகஸ்பதி’யாக வேண்டும் என்று பிராமணர்கள் ஆசிர்வாதம் செய்வர்!

கும்பகோணம் இராமர் ஆலயம், கும்பேஸ்வரர் கோயில், திருவையாறு ஜம்புசேகர் தேர், பசுபதி கோயிலில் தேனுகேசுரர் மண்டபம், மன்னார்குடியில் மணிமண்டபம் - இப்படித் திருப்பணிகள் செய்வர். மன்னர்கள் - மறைவர் வாழ்த்துவர் - மகேசன் அருள் பாலிப்பார்!

துலா புருஷதானம் - ஸ்வர்ண கோதானம் - பூதானம் இப்படிப் பலப்பல!

அந்தணர் அகமகிழ இவைகள் - மன்னர் மனமகிழ்ச்சிக்காக அரண்மனை, கலைக்கூடமாக்கப்பட்டு விளங்கிற்று. கல் பேசும் சிற்பியின் திறத்தால்! கலை, துடியிடையாக, கொவ்வை அதரமாக, கடைக்கண்ணாக, இடை நெளிவாக, இசையாக, நாடகமாக, நானாவிதமான உருவிலே, கொஞ்சிக் கூத்தாடி, மன்னர்களைக் களிப்புக் கடலிலே தள்ளும்! அருக்கு மங்கையர் மலரடி வருடுவர் அரண்மனையில். எனினும் ஆலயம் சென்று அரங்கனின் திருவடி சரணம் என்று பக்தியையும் சொரிவர்! சல்லாபிகளின் சதங்கை ஒலிக்கும். அரண்மனையில் - ஆலயமணியோசை மன்னன் மனதிலே பகவத் நாம சங்கீர்த்தனத்தின் பெருமையைப் பதியவைக்கும்! கூந்தலைக் கோதும் கரங்கள் அரண்மனையில் - கூப்பிய கரங்கள் ஆலயத்தில்! இங்ஙனம் இன்பத்திலே மூழ்கியிருந்த மன்னர்கள் காலம்!

விஜயராகவனும், மகாபக்தன் - மகா ரசிகன்! கடவுட் காரியமும் கலை ஆர்வமும், ஒத்த அளவு கொண்டிருந்தான்!

காவியம் படித்தலும், ஓவியத்தைக் கண்டு களிப்பதும், தர்க்கம் கேட்பதும், பண்டித சிரோமணிகளிடம் பாடம் கேட்பதும், நாடகம் காண்பதும், நாதன் அருள் பெறும் மார்க்கத்தை ஆராய்வதும், விஜயராகவ வேந்தரின், நித்திய நடவடிக்கைகள்.

பிராமணோத்தமர்களின் மனம் துளியும் கோணலாகாது என்ற திடம் கொண்ட தீரன், மகன் மன்னாரு என்பான், துள்ளுமத வேட்கைக் கணையாலே தாக்கப்பட்ட நிலையில் ஓர் ஆரிய மங்கையிடம் தகாத முறையிலே நடந்து கொண்டது கேட்டு, மகனென்றும் பாராமல், சிறையில் தள்ளிய சீலன்! பூலோக ஸ்வர்க்கத்தில் பூதேவர் புடைசூழ கொலுவீற்றிருந்த கோமான்!! அந்த விஜயராகவவேந்தர் மீது போர் தொடுத்தான் மதுரை சொக்கநாதன்! கடும்போர்! விஜயராகவன்! வயோதிகப்பருவம் - சொக்கநாதன் படைகளோ சூறாவளி வேகத்தில், தஞ்சைத் தரணியைத் தாக்குகின்றன! மன்னன் மருண்டான் - மகேசனை வேண்டினான் - மறையவர் குலத்துதித்த பெரியவரை நாடினான் - சோமசுந்தர ஸ்வாமி என்பாரிடம் சென்று நிலைமையைக் கூறி, மார்க்கம் கேட்கலானான் மன்னன்.

“ஸ்வாமி! அடியேனுக்கு வந்துள்ள இந்த ஆபத்து போக மார்க்கம் கூறி அருள வேண்டுகிறேன்.”

“விஜயராகவா! விசாரத்தை விடு; பரம பக்தனான உன்னைப் பகவான் கைவிடுவாரா? ஏன் கலங்குகிறாய்?”

“சொக்கன் படை பிரம்மாண்டமானது.”

“துரியனிடம் கூடத்தான் இருந்தது - கண்ணன் பாண்டவரைக் காப்பாற்றினான் - நீ தரும் சொரூபன் - தடுமாற்றம் வேண்டாம் - ஜெயம் நிச்சயம்.”

மன்னன் திகைத்து நிற்கிறான் - சோமசுந்தர ஸ்வாமிகளின் சீடர்களிலே ஒருவன், குருவாக்கியத்தை விளக்கமாக விரிவுரை செய்கிறான்.

“மன்னரே! குருதேவர் கூறிய பிறகும், குனிந்த தலை நிமிராமல் இருப்பதோ? கொற்றவனே! நிமிர்ந்து நில்லும். கூர்வாளை ஏந்திப் புறப்படும் போருக்கு. வெற்றி நிச்சயம். படைபலம் பாண்டி நாட்டானிடம் இருந்து என்ன செய்ய முடியும்! பரமனின் துணை, அதனினும் மேலான பலமன்றோ? விஜயராகவ வேந்தரே! உமது பக்தியின் மேன்மையை உணராதவரன்றோ, இந்தப்போரின் முடிவு என்னாகுமோ என்று கவலை கொள்வர். எவ்வளவு கைங்கரியங்கள் செய்திருக்கிறீர் - ஆலயத் திருப்பணிகள் அனந்தம் - பிராமணருக்குத் தந்துள்ள தான தருமங்கள் கொஞ்சமா - நீர் செய்த சத்காரியம் ஒவ்வொன்றும் ஒவ்வொரு அக்ரோணிச் சேனையாக உருவெடுத்துக் களத்தில் உமக்கு உதவி புரிந்து, மதுரைப் படையைச் சிதறடிக்கும். இது குருதேவர் வாக்கு - சத்யவாக்கு! சத்தியத்தின் முன்பு, எத்தகைய சேனாசக்தியும் நில்லாததல்லவா!

ஆயிரமாயிரம் அந்தணச் சிரேஷ்டர்கள், உமது வெற்றிக்காக அரிபரந்தாமனையும் அரனையும் வேண்டிப் பூஜை செய்தவண்ணம் உள்ளனர். அவர்களின் ஆசி, வெற்றியைத் தரும் என்பதிலே, வேதசாரம் உணர்ந்த உமக்குச் சந்தேகம் வரலாகுமா?

அதோ! ஆலயமணிகள் ஒலிக்கின்றன! உமது வெற்றியை வேண்டி விசேஷ பூஜைகள் செய்யப்படுகின்றன!

நாலு வேதம், ஆறு சாஸ்திரம், அறுபத்திநான்கு கலைக்கியானம் உணர்ந்து பரமனின் அருளைப் பெற்றுள்ள பிராமணோத்தமர்களின் ஆசியுடன் போருக்குக் கிளம்புகிறீர் - வெற்றியுடன் திரும்பிவிடவீர் - இது நிச்சயம் - சத்தியம - ஜெயவீரராக விளங்குவீர், விஜயராகவரே! விசாரம் வேண்டாம். வெற்றி நிச்சயம் புறப்படும்.”

வியஜராகவ வேந்தருக்கு மனம் நிம்மதியாயிற்று - புதிய நம்பிக்கை பிறந்தது - களம் புகுந்தார் - கடும்போர் போரின்

கடுமை விநாடிக்கு விநாடி வளர்ந்தது - நாசம் தஞ்சையை வேக வேகமாகத் தழுவிக் கொள்ளலாயிற்று.

தஞ்சைப் படைகள் தோற்றோடின - மன்னன் களத்திலே பிணமானான் - மகனும் அங்ஙனமே! தேவிமார்கள் தீயில் வீழந்தனர்! விஜயராகவனின் குடும்பமே இறந்துபட்டது, ஒரே ஒரு சிறு குழந்தை தவிர! அந்தக் குழந்தையை, யாரோ, எங்கோ, எடுத்துச் சென்றுவிட்டனர்! தஞ்சை, சொக்கநாதனிடம் சிக்கிவிட்டது. "பக்திக் கவசம் பூண்டிருக்கிறாய், மன்னவா! மாற்றானின் படை உன்னைத் துளைக்காது" என்றார் குரு! சீடர்கள் அதற்கு ஆதாரங்களைக் கூறினர் - தஞ்சை தீயுண்ட நிலைபெற்றது.

மன்னனை, அவனாற்றிய 'புண்ணம்' காப்பாற்றும் என்று புகன்ற பூசுரத் தலைவருடைய சீடகோடிகளிலே ஒருவராக உங்களில் யாரேனும், இருந்ததாக எண்ணிக் கொள்ளுங்கள். எனக்கேன் எத்தர் கூட்டத்திலே இடம் என்று கேட்பீர் - ஒப்புக்கு; உண்மையாகவே, அல்ல! கற்பனைபுரிக்குச் செல்ல அழைப்பு; வேறொன்றுமில்லை.

குருவோ ஆசீர்வதித்தார் - கொற்றவனோ தோற்றான்; பிணமானான்! சீடன் மனம் என்ன நிலைபெறும் சிறிதளவு சிந்தனையும், கொஞ்சம் மனிதத் தன்மையும் கொண்ட சீடன், என்ன எண்ணுவான்! என்ன எண்ணுவீர்கள், நீங்கள், சோமசுந்தர ஸ்வாமியின், சீடர்களிலே ஒருவராக இருந்திருக்க நேரிட்டிருந்தால்?

பயம் பிடித்துக் கொண்டு, ஓட்டமெடுத்துவிட வேண்டும், தஞ்சைத் தரணியைவிட்டு என்று எண்ணுவீர்களா?

குழப்பமடையத்தானே செய்யும் மனம்.

இதோ ஒரு சீடன் - கற்பனை உருவந்தான் - கட்டிளங்காளை - காவி உடை - களம் புகுமுன், சோமசுந்தரரின் காலடி வீழ்ந்து ஆசி பெற்ற மன்னனைக் கண்டவன் - தஞ்சை நாசமானதைக் காண்கிறான் கண்ணீர் காவி உடையிலே வீழ்கிறது; கருத்திலே புதியதோர் மலர்ச்சி பிறக்கிறது; மெல்லக் கூறுகிறான்.

“எங்கும் யாக குண்டங்களை எழுப்பினான்! தேவ ஒலியை நிரப்பினான்! வேள்வித் தீ எங்கும் தோன்றின. உறசவாதிகள் அமோகம்! கலைக் கூத்தாடிய இடம்! கவிதை புரண்டோடிய இடம்! பாதிப்பிரவாகம் மிகுந்த தஞ்சைப் பதி தோற்றது!

அதோ, கேட்கிறது, தோற்ற துயரால் உயிரை மாய்த்துக் கொள்ளும் தஞ்சை வீரர்களின் மரணக் கூக்குரல்!

அந்தோ! பாண்டிய நாட்டுப் படையின் வெற்றி முழக்கம்.

ஐயோ! அதோ ஜ்வாலை! தஞ்சை அந்தப்புர மாதர்கள் தீயில் வீழ்ந்து மடிகிறார்கள் - படுகொலை - சித்ரவதை - பக்திக்குப் பரிசு இதுவா? பிராமண ஆசீர்வாதப் பலன் இதுதானா? ஓம குண்டம் பலனளிக்கும் என்றனரே - அதோ, மாதர் மடிகின்றனரே பெருநெருப்பில்!

குருதேவர் கூறினது... பூதேவர்கள் புகன்றது... ஆலய விசேஷ பூஜைகள் - ஆசி மொழிகள் - அந்தணர்களின் மந்தி பலம்... எல்லாம் எங்கே? ஏன் பொய்த்துப் போயின? தோல்வியைத் தடுக்க முடியவில்லையே! - பக்திமானான மன்னனைப் பாதுகாக்க, புண்யம், அரணாக நிற்கவில்லையே! புகை கிளம்புகிறதே அரண்மனையில்! களத்திலே புலம்பும் குரல் கேட்கிறதே! என்ன சத்தம்? ஆ! என்ன, என்ன?

மன்னன் மாண்டான்!

ஐயோ!

மன்னரும் மாண்டான்!

அட தெய்வமே!

மாதரசியும் மாண்டாள்.

ஆ! என்ன கொடுமை!

வெற்றி பெற்ற பாண்டியன் படை பவனி வருகிறது!

பவனி! வெற்றிப்பவனி! பாண்டியப் படைக்கு! விஜயராகவன் தோற்றான் - குடும்பமே சர்வநாசம் அடைந்தது... கொடுமை - கொடுமை! சொல்லொணா வேதனை - தோல்வி! தோல்வி! விஜயராகவனுக்காக தோல்வி? இல்லை! வீணுரை தோற்றது; வேதமும் வேள்வியும் - மானியமும் தானமும் யாகமும் யோகமும் - திருப்பணியும் திருப்பாசுரமும் - அந்தணரும் அவர்தம் ஆசியும் தோற்றன! - ஆஹா! மதிமோசம் போனான் மன்னன்! மதியை மாய்த்தோம், எம்போன்றோர்கள் கூடிக் கொண்டு! மன்னனைப் பக்திமானாக இருக்க செய்தோம் - பூரித்தோம் - பாராட்டினோம் - பஹவானால் இன்று தோற்கடிக்கப்பட்டான் - ஏமாற்றினோம், மன்னனை - ஏமாளி நானும் நம்பினேன் - நம்பச் செய்தேன். நாடு அன்னியனிடம்!

தஞ்சை வீரனின் பிணம்!

பாபம். வீரனே! களத்திலே நின்று போரிட்டபோது, நீ எவ்வளவு நம்பிக்கை கொண்டிருந்தாயோ, என்னைப் போலவே! நமது மன்னர் பக்திமான்! பரமன் அருள் பெற்ற பிரமணோத்தமரின் ஆசிபெற்ற புண்யவான். அவருடைய வெற்றிக்காக ஆலயங்களிலே விசேஷ அபிஷேகம் நடந்து கொண்டிருக்கிறது. வெற்றி நிச்சயம் நமக்குத்தான் என்று உறுதியுடன் போரிட்டிருப்பாய் - களத்திலே பிணமானாய் கர்ம வீரனே! உன் காலைத் தொட்டுக் கும்பிடுகிறேன் - என்னை மன்னித்துவிடு - இறந்த வீரர்கள் நீங்கள் அனைவரும் என்னை மன்னிக்க கோருகிறேன்.

நான் சோமசுந்தர ஸ்வாமிகளின் சீடரில் ஒருவன் - பக்தி வெல்லும் - சத்யம் ஜெயிக்கும் என்ற நம்பிக்கையை ஊட்டியவர்களில் ஒருவன்.

மன்னன், நாங்கள் காட்டிய மார்க்கத்தைப் பின்பற்றி நடந்தான் - நீங்கள் மன்னரைப் பின்பற்றினீர்கள், தோல்வி கண்டீர்கள் - எம்மால் - யாகத்துக்குச் செலவான பணம், உமக்கு இன்னோர் வாளைத் தந்திருக்கக்கூடும்! திருப்பணிக்குச் செலவான திரவியம், இன்னொரு கோட்டைச் சுவருக்குச் செலவாகியிருந்தால் - பக்திக்காகச் செலவிட்ட பணம், பயனற்றுப் போய்விட்டது - நீ பிணமானாய் - நான்...? யோகியாவதற்கு இத்தனைப்பாடு - சே? யோகம் தோற்ற பிறகு - ஏன் இந்தக் கோலம் - நண்பா! உன்னை நம்பவைத்த கூட்டத்திலிருந்து இதோ விலகுகிறேன் - உன் தாளைக் கும்பிட்டேன் - இனி வீணனல்ல - வீரன் - வெற்றிக்கான வீரப்போர் - எங்கே சொக்கநாதன் படை! எங்கே? எங்கே?"

இதுதான் சரி - இப்படித்தான் நான் செய்திருப்பேன்! சேர்ந்தே இருந்திருக்கமாட்டேன், காவியக் கூட்டத்தில் - ஏதோ ஒரு காரணத்தால், எப்படியோ சேர்ந்திருந்தாலும், தஞ்சைத் தரணிக்கு அழிவு வந்ததைத் தடுத்திட முடியாது போன, வைதீகக் கூடாரத்தைவிட்டு வெளியேறித்தான் சென்றிருப்பேன் - வாள் எடுத்து வீரப்போரிடக் கிளம்பியிருப்பேன் என்று கூறுவீர். நான் அழைத்து வந்துள்ள கற்பனைக்காளை, அந்த நிலை பெற்றான்; சொக்கநாதன் படையைத் தன்னால் முடிந்தமட்டில் அழித்தொழிக்க எண்ணினான்.

வேந்தன் விஜயராகவனின் தஞ்சைத் தரணி, மதுரை மன்னன் சொக்கநாதனிடம் சிக்கிவிட்டது. சொக்கநாதன்-, தன் தம்பி, அளகிரி என்பானை அரியாசனம் அமரச் செய்தான்! அளகிரியின் படை, தஞ்சைத் தரணியில், எவ்விதமான எதிர்ப்பும் தலைதூக்க முடியாதபடி, காவல் புரிகிறது.

காவியைக் களைந்துவிட்டு, கட்கமெடுத்து, நாட்டை மீட்கப் போரிடத் துணிந்த, கற்பனைக் காளை, என்ன செய்ய முடியும்? சமயம் கிடைத்தபோது மதுரைப் படையினன் எவனேனும் கோபம் அவ்வளவையும் அவன் மீது காட்டுவான் - தலையை வெட்டுவான்.

அங்ஙனம் அவன் செய்து கொண்டிருந்தான். ஒருநாள் அவன் சிக்கிக் கொள்ளக்கூடிய நிலை - ஓடினான் பயந்து - துரத்திக் கொண்டு வரலாயினர் துருப்பினர். இந்தச் சந்து, அந்தச் சந்து, எங்கெங்கோ நுழைகிறான் - விடாமல் துரத்திக் கொண்டு வருகிறார்கள். ஏதோ ஒரு வீடு - உள்ளே நுழைகிறான் - எழில் மங்கை ஒருத்தி, திகைத்து நிற்கிறாள் - கதவை அடைக்கிறான் - முகத்தில் அரும்பிய வியர்வையைத் துடைத்துக் கொள்கிறான். அவள் ஓரளவு அவன் நிலைமையை யூகித்துக் கொள்கிறாள் - அவன் அவள் அருகே செல்கிறான். இனி, நாமும், அந்தக் கற்பனைக் காளையின் நடவடிக்கைகளைக் கவனிப்போம்.

“ஆடலழகி, அஞ்சாதே! நான் அறப்போர் புரிபவன். அழகு தஞ்சையை அன்னியனிடமிருந்து மீட்க, நான் மறைந்திருந்து போர் புரிபவன். என்னைத் துரத்திக் கொண்டு, படைவீரர்கள் வருகிறார்கள். என்னைக் காப்பாற்று. தயவு செய்! எந்த நிமிஷமும் அவர்கள் வந்துவிடக் கூடும். ஆபத்தான நிலைமை. சத்தம் கேட்கிறது.”

“சரி, அதோ அந்த வாத்தியத்தை...”

(தட்டுக்கோலை எடுத்துக் கொள்கிறான் - வாளை மறைத்துவிட்டு அவள் ஆடுகிறாள்.)

“உங்களை நான் இதற்கு முன் தரிசித்திருக்கிறேன் - இப்போது பார்க்கிறேன்.”

“உன் மதிமொழி கண்டு நான் மகிழ்கிறேன் - தரிசித்தாய் முன்பு - பார்க்கிறாய் இப்போது? எவ்வளவு நுண்ணறிவுடன் பேசுகிறாய்.”

“காவியுடன் இருந்தபோது, தரிசித்தேன், மடத்தில்.”

“மடத்தனத்தை விட்டொழித்தேன் மாதரசி.”

“படைத்தொழிலை எடுத்தீர் போலும்.”

“ஆமாம்.”

“முன்பு பணிந்தேன் - இப்போது பயப்படுகிறேன்.”

“ஏன் பயம்?”

“ஏன் இராது? தஞ்சை சர்வநாசத்தில் சிக்கிக் கொண்டிருக்கிறது - கோட்டைகள் தூளாகிவிட்டன - கொற்றம் அழிந்தது - சொக்கநாதன் துரைத்தனம் ஏற்பட்டுவிட்டது. இந்நிலையில், நீர் கத்தி தூக்குகிறீர் நாட்டு விடுதலைக்கு - என்ன ஆகும் உம் கதி? வீரம், காட்ட வேண்டிய நேரமா இது? தேவை, அது தங்களிடம் இல்லையே என்று பயந்தேன்.

“யூகம் வேண்டும்! ஆமாம், ஆமாம்! நான் ஒருவன் கத்தி தூக்கி என்ன பயன் இப்போது...?”

“அதைச் சொல்லிவிட்டுக் கத்தியை எறிந்துவிட்டு மறுபடியும் கமண்டலம் எடுக்க உத்தேசமா?”

“இல்லை! இருக்கலாம்! நான் உன்னைக் கேவலம் தாசி என்று துச்சமாகத் தள்ளிவிடமாட்டேன்.”

“உம்! தள்ளிவிடாமல்...”

“உன்னுடன் தாய்... மற்றும் வீட்டில்...”

“ஆரம்பமாகிவிட்டதா?”

“என்ன?”

“வழக்கமான விசாரணை... யாரும் இல்லை, என் வீட்டில், தாய் நோயால் மாண்டாள் - சிசு ஒன்று கருவில் மாண்டது - அதுவும், அரண்மனையில் தீ தெரிந்ததே அதைக் கண்டபோது ஏற்பட்ட பீதியால்! அவர் - அவ்வளவுதான் கூற முடியும் அவரைப் பற்றி - அவர் போரிலே மாண்டார் - நான் வெளியூர் சபை ஒன்றிலே நாட்டியமாடப் புறப்படுகிறேன் - என் பெயர் சசிலேகா.”

“சசிலேகாவா?”

“ஆமாம்! விஜயராகவ மன்னர் சபையிலே வீற்றிருந்த மகா பண்டிதையின் பெயரையே என் அம்மா எனக்குச் சூட்டினார்கள்.”

“அழகான பெயர்.”

“ஆனால் பொருத்தமில்லை - நான் பண்டிதையமல்ல - பாடி ஆடிப் பிழைப்பவள்.”

“பாடலும் ஆடலும், கலை - சாமான்யமன்று.”

“பொருத்தமற்ற பெயர் எனக்கு இருப்பதில் என்ன ஆச்சரியம்? அதனால் என்ன கவலை - நமது மன்னர் தோற்று இறந்தார் - பெயர்?”

“விஜய - ராகவன்”

“உ...ம் பெயருக்கேற்றபடி என்ன நடந்தது - பெயர், பெற்றோரின் ஆசையின் அளவுக்குறி; அவ்வளவு தான். உமது பெயர்...?”

“ஊஹூம். சொல்லமாட்டேன் - அந்தப் பெயர் எனக்குத் துளியும் பொருத்தமில்லை என்று கூறிவிடுவாய் - உன் கேலி மொழியை என்னால் தாங்கமுடியாது.”

“தவவேடத்தைத் தாங்கியிருந்த உமக்கு, கேலிப்பேச்சைத் தாங்கவா சிரமமாக இருக்கும். கூறுங்கள்; என்ன உமது பெயர்?”

“கூறமாட்டேன். சசி! நீயே வேறு ஒரு பெயர் வைத்து விடு எனக்கு!”

“தொட்டிலில் படுத்துக் கொள்ளும் முதலில் - கூறுங்களென்றால்...”

“என் பெயர், எனக்கே இப்போது பிடிக்கவில்லை. நிச்சயமாகத்தான் - நீயே ஒரு பெயர் வைத்துவிடு.”

“என்னவென்று பெயர் வைப்பது? விசித்திரம் என்று பெயர் பொருத்தமாக இருக்கும். சம்மதமா?”

“ஊஹூம் ... வேறே பெயர் - கலாதாசன் என்ற பெயரிடேன்.”

“கலைக்கு, திடீர்த் தாசர்கள் கூடாது.”

“உன் இஷ்டம், ஏதாவது பெயர்.”

“சின்னஸ்வாமி!”

“வேண்டாம்! அந்த நிலைதான் வேண்டாம் என்று விட்டுவிட்டேனே!”

“சரி! வீட்டிலேயே இரும் - நான் அரண்மனை போய் வருகிறேன் - பிறகு பெயரிடுகிறேன். ஆமாம்! தவசியாக இருந்தவர் தாசி வீட்டில் தங்குவது...”

“நான் தவசியுமல்ல இது இனித் தாசி வீடுமல்ல.”

“தைரியம் அமோகமாக இருக்கிறது.”

“சசி! உன் நெஞ்சிலே நான் இடம் பெற்றேனா? ஆனந்தம் - ஆனந்தம்... ப்ரியே!... சசி! நான் புதுவாழ்வு பெற்றேன்...”

“புது வாழ்வு எனக்குத்தான் கண்ணாளா! புதுவாழ்வல்ல! உண்மையைச் சொல்ல வேண்டுமானால், நான் வாழ்வைப் பெற்றேன் - முன்பு அன்னையிடம் சொர்ணம் தந்தவருக்கு அடிமையாக இருந்தேன் - இப்போது அன்பைக் காணிக்கையாகப் பெற்று என்னையே உங்களுக்கு அர்ப்பணிக்கிறேன்.”

“நீ தாசியுமல்ல - நான் தவசியுமாகேன் - நீ எனக்கு - நான் உனக்கு - நீ - சசி - நான்... நாம் இனி இல்லறம் நடத்துவோம்; இன்பம் பெறுவோம் - கட்டுகளும், கற்பனைகளும் ஒழியட்டும் - கண்ணே!

“அன்பே!”

இப்படி நான், கடமையை மறந்து, காதலில் - அதிலும் ஒரு தாசிப் பெண்ணின் காதலில் ஈடுபட்டு, வேட்டையாடிக் கொண்டிருந்திருக்க மாட்டேன் என்று சீற்றத்துடன் கூறுவீர்கள். நீங்கள் செய்திருக்க மாட்டீர்கள் - நான் காட்டும் கற்பனைக் காளை அவ்வண்ணம் செய்தான் - அவன் செய்ததும், வெறும் காதல் விளையாட்டு மட்டுமல்ல, சசிலேகா மூலம் அவன் மனதிலே கொண்ட கடமையை நிறைவேற்றிக் கொள்ளவும் வாய்ப்புக் கிடைத்தது. எப்படி என்கிறீர்களா? சரி, நாகப்பட்டினம் வரை சென்று வருவோம், வாருங்கள்!

பகுதி :2

நாகப்பட்டினம், நேர்த்தியான துறைமுகம் அன்று. வணிகர் கோட்டமாக விளங்கிற்று. அந்த நகரிலே செல்வம் குடி கொண்ட மாளிகை ஒன்றில்...

வேந்தன் விஜயராகவன் குடும்பத்தைச் சேர்ந்த அனைவரும் மாண்டனர் - ஒரு குழந்தை தவிர என்று கூறப்பட்டி ருந்ததல்லவா! அந்தக் குழந்தை சிறுவனாகி செங்கமலம் என்ற பெயருடன், அந்த மாளிகையிலே இருந்து வருகிறான்.

வணிகனின் மகன் என்றே நாகப்பட்டினத்தார் அனைவரும் எண்ணிக் கொண்டிருக்கிறார்கள். தஞ்சைத் தரணிக்கு மன்னனாகும் உரிமை கொண்டவன் இந்தச் செங்கமலம் என்பது ஓரிருவருக்குத்தான் தெரியும். சமயத்தை எதிர்பார்த்துக் கொண்டிருந்தனர். இந்த உண்மையை அறிவிக்க சிலர் இரகசியமாக இதற்கான முயற்சியில் ஈடுபட்டிருந்தனர். செங்கமலத்தைத் தஞ்சைத் தரணிக்கு மன்னனாக்க வேண்டும் என்பது, நாட்டுப் பற்றும், நல்லெண்ணமும் கொண்ட சிலருடைய எண்ணம். யாரார் அவ்விதம் எண்ணம் கொண்டி ருந்தனர்? இரகசியமல்லவா அது? வெளியே தெரியாது! அப்படிச் சிலர் உண்டு - விஷயத்தை விளக்கமாக்குவதற்காக, நான் காட்டியுள்ள கற்பனைக் காளை கலைக்கன்னி மூலம் இதை அறிந்து கொண்டான் என்று வைத்துக் கொள்ளுங்கள் என்ன தோன்றும் அவனுக்கு? ஆஹா! இது சரியான வழி! தனியாகப் போரிட்டு நாம் அழிவதைவிட, தக்க சமயத்தை உண்டாக்கிக் கொண்டு, தஞ்சைத் தரணிக்கு உண்மையை உரைத்திடலாம் - தக்க சமயம் வருவதற்காக, நாகப்பட்டினத்தில் செங்கமலம் இருந்துவரும் விஷயத்தைத் தக்கவரிடம் கூறி, மெல்ல மெல்ல ஆதரவு திரட்டவேண்டுமென்றுதானே தோன்றும்! தோன்றினால், விஷயம் வெளியாகாவண்ணம் பக்குவமாக

நடந்து கொண்டு, ஆதரவு திரட்டும் பணியில் ஈடுபடுவானல்லவா! சரி, நமது கற்பனைக் காளையும் கலைமங்கையும், இந்தக் காரியத்திலே ஈடுபடட்டும்; வேறு சிலர், என்ன செய்து கொண்டிருந்தனர் என்பதைக் கவனிப்போம். வாருங்கள், மீண்டும் தஞ்சைக்கு.

அதோ, செல்கிறான், ஒரு வேதியன்.

கணக்கெழுதுபவன் - ஏழ்மை நிலைமைதான் - எண்ணமோ, ஏழடுக்கு மாளிகை மீது செல்கிறது - அத்துடனும் நிற்கவில்லை - மேலே மேலே எழுகிறது!

எழுதுகோல்தான், கரத்தில் - எனினும் எண்ணமோ, செங்கோலைப் பற்றிய திட்டங்களிலே பாய்கிறது.

அரசாங்கக் கணக்கெழுத அமர்த்தப்பட்டவன்தான் - ஆனால் அவன் தஞ்சையின் தலை எழுத்தை மாற்றி எழுத வேண்டும் என்ற துணிவு கொண்டிருக்கிறான். வேதியன் - வஞ்சகன் - வெங்கண்ணா எனும் பெயருடையான் - என் கற்பனையில் உதித்தவனல்ல - உண்மை உருவம் - தஞ்சையின் உரிமைக்கு உலை வைத்த உலுத்தன்.

அளகிரி ஆள்கிறான் - பிராமணர்கள் வாட்டமடைகிறார்கள் - அவன் ஆரிய விரோதி அல்ல - எனினும் அவன் விஜயராகவன் அல்ல! விஜயராகவனாக இருக்க வேண்டுமானால், பணம் ஏராளமாக வேண்டுமே! அளகிரியிடம், அதிகமான செல்வம் குவியலில்லை - போரில் சிக்கிச் சீரழிந்த தஞ்சையை மீண்டும் வாழவைக்கும் அளவுக்குத்தான், செல்வம் திரட்டமுடிந்தது. விழாக்கள் இல்லை - விருந்துகள் மிகமட்டம் - தானாதிகாரியமோ சரிவர நடைபெறவில்லை - அரண்மனையிலே கலை இல்லை - ஆலயத்திலே முன்போலக் ‘காணிக்கை’ கொட்டவில்லை. எனவே

பிராமணர்களின் முகத்திலே மலர்ச்சி இல்லை; மனதிலே புகைச்சல் மூண்டு வந்தது. வெங்கண்ணாவோ, பெரியதோர் திட்டம் போட்ட வண்ணம் இருந்து வந்தான். அவனையொத்த வர்களிடம் பேச நேரிட்டபோது, தன் மனதிலுள்ள இரகசியத்தை வெளியிடாமல், 'சூசகமாக'ப் பேசலானான்.

“என்ன ஸ்வாமி விசாரம்?”

“ஒன்றுமில்லை - விசாரத்துக்குக் காரணம் ஒன்றா இரண்டா கூற.”

“விஜயராகவருடைய காலம் போய்விட்டதே என்ற ஒன்றே போதும், நமக்கெல்லாம் விசாரம் தர. மன்னன் என்றால் விஜயராகவனல்லவா மன்னன்! எவ்வளவு தான தருமங்கள் - எவ்வளவு பகவத் ப்ரீதி - எவ்வளவு பிராமண பக்தி - உம்! எல்லாம் பழங்கதையாகிவிட்டது.”

“ஸ்வாமி! அளகிரியின் சுபாவம் எப்படி?”

“அதையேதான் நானும் யோசித்துக் கொண்டிருக்கிறேன் - அதே சிந்தனைதான். பாண்டியநாடு, தமிழ் மரபில் விசேஷ அக்கரை இருக்கிறது.”

“வீரன்!”

“விவேகியுங்கூடி! உம்! வேதியருடன் அளவளாவு வதிலே. நாயக்க மன்னர்கள்போல விசேஷ சிரத்தை காணோம்.”

“கொஞ்சமும் இல்லை என்று கூறும் வெங்கண்ணா!”

“வெற்றி கிடைத்தது வீரர்களால் - சரி - கிடைத்த வெற்றிக்கு ஒரு சந்தோஷக் கொண்டாட்டம் நடத்தி, பிராமணருக்கு ஒரு தான தருமம் செய்தானா? விசேஷ யாகாதிகள் உண்டா? கைங்கரியம் உண்டா?”

“செய்ய உத்தேசமிருக்கிறதா இல்லையா என்று நிச்சயமாகத் தெரியவில்லை.”

“இதென்ன அப்படிப் பேசுகிறீர்? செய்ய மனமிருந்தால், தடை என்ன செய்வதற்கு?”

“பணம் இல்லை! கிடைத்தால் செய்வானா என்பது பற்றியே சிந்திக்கிறேன்.”

“எங்கிருந்து இனிப் புதிதாகக் கிடைக்கப் போறது பணம்?”

“பணம் கிடைக்கும்! வழி இருக்கிறது! எனக்குத் தெரியும்! ஆனால் அவனுக்குத் தெரிவிப்பது நல்லதா... தெரிவிக்கலாமா... தெரிவித்தால் அவன்... சத்காரியங்களுக்குச் செலவிடுவானா? அதுதான் தெரியவேண்டும்.”

அளகிரியோ, நாட்டைத் திருத்தத் திட்டங்கள் தீட்டுவான்; பணம் போதுமான அளவு இல்லை என்ற காரணத்தால், கை விட்டுவிடுவான்; கவலைப்படுவான். வெங்கண்ணா மனதிலே உருவாகிக் கொண்டு வந்த திட்டத்தை நிறைவேற்றத் தொடங்கினான். மன்னன் அளகிரியிடம் சென்றான், மிக முக்கியமான விஷயம் பேச.

“அரசே! பொக்கிஷ நிலை சரியாக இல்லை என்று தாங்கள் கொலுமண்டபத்திலே கவலையுடன் பேசினது கேட்டேன்.”

“வெங்கண்ணா! நானோ பாண்டிய நாட்டில் இருக்க வேண்டியவன் - போர் மூலம் இப்பகுதியைப் பெற்றேன் - என் ஆட்சி, முன்பு இந்த ஆட்சியைவிடப் பலமடங்கு அதிக வசதி யுள்ளதாக இருந்தாலும்கூட, அன்னியராட்சி தானே என்று மக்கள் எண்ணுவர். நானோ, முன்பு இருந்த ஆட்சியின் சோபிதத்திலே பத்திலோர் பாகமும் செய்து தர முடியாத நிலையில் இருக்கிறேன் - போதுமான பணம் இல்லை.”

“பகவான் கடாட்சிப்பார் வேந்தே! மக்களிடம் அக்கரை கொண்டு, நல்லாட்சி நடத்த விரும்பும் தங்களுக்கு அஷ்ட ஐஸ்வரியமும் தர, ஆண்டவன் தயங்க மாட்டார்.”

“வேதியரே! ஆர்வமூட்டும் உமது பேச்சு கேட்டு அக மகிழ்கிறேன். ஆனால், பகவத் கடாட்சம் கிடைப்பது எப்போது? மக்கள் மனம் மகிழ நான் நல்லாட்சி நடத்துவது எப்போது? உடனடியாகப் பணமன்றோ தேவை.”

“சோழ நாட்டுச் சிறப்பு, பாண்டிய பரிபாலனத்தால் பல மடங்கு சிறப்புறும்.”-

“கவிதை அது - நிலைமை வேறாக இருக்கிறதே.”

“கவிதை அல்ல காவலரே! நம்பிக்கை. ஏன், வரம் என்றுகூடக் கூறுவேன். மன்னவா! தங்கள் மனோபீஷ்டம் நிறைவேறும்படிச் செய்யும் சக்தி எனக்கு இருக்கிறது. தங்கள் காலடியிலே, தங்க மோகராக்களையும், நவரத்னக் குவியலையும் கொட்டுகிறேன் பாரும். இந்தப் பஞ்சைப் பிராமணன் ஏதோ ஏய்க்கிறான் என்று எண்ணாதீர். நான் உமக்குப் பெருநிதி கிடைக்கும் மார்க்கம் உரைக்கவே வந்தேன்.”

“பெருநிதியா? எங்கிருக்கிறது?”

“பெரும் புதையல்! தங்களுக்காகக் காத்துக் கொண்டிருக்கிறது.”

“புதையலா? எங்கே? மறையவரே! மறைந்துள்ள மாநிதியை நான் பெறுவது எங்ஙனம்?”

“என்னப்பன், எம்பெருமான், அரங்கன் அருளால் பெரும் புதையல் உமக்குக் கிடைக்கும். வாரும்! அண்ணலைச் சென்று வணங்கி வரங்கேட்போம்!”

“திரு அரங்கத்துக்கா?”

“இல்லை. வேந்தன் விஜயராகவனுக்குத் திருவரங்கத்து அண்ணலிடம் அளவு கடந்த பக்தியல்லவா? அதனால், அண்ணல் அரங்கத்தில் சயனக் கோலத்தில் இருப்பது போன்றே, அரண்மனையில், தோட்டக் கோயில் அமைத்து அரங்கனைப் பிரதிஷ்டை செய்திருக்கிறார்.”

“அங்குச் சென்று?”

“சென்று, பெருஞ் செல்வம் பெறுவோம் வாரீர் - ஆனால் நாம் இருவர் மட்டுமே போக வேண்டும்.”

இருவரும் தோட்டக் கோயில் சென்றனர் - அரங்கனைக் கண்டனர். வெங்கண்ணா அரங்கனை நோக்கி)

“அரங்கண்ணலே! அரசன் அளகிரி வந்திருக்கிறார். உம்மிடம் வரம் கேட்கிறார். அரசு நிலைக்க, செழிக்க, சிறக்க, பணம் வேண்டும். எல்லாச் செல்வத்திலும் மேலான செல்வமே! எமது அரசருக்குப் பெருநிதி அருள வேண்டுகிறேன். மன்னவா! அண்ணலின் அருளைப்பார், இப்போது” என்று கூறிவிட்டு அருகே சென்று அரங்கனைத் தூக்க, மூடிபோல்

எழும்புகிறது. உள்ளே பேழை. மன்னன் ஆச்சரியத்துடன் சென்று பார்க்க, பெரும் புதையல் இருக்கக் கண்டு மகிழ்கிறான்.

வெங்கண்ணாவைக் கட்டித் தழுவிக் கொள்கிறான். நவரத்னக் குவியலைப் பிடியாக எடுத்துப் பூரிக்கிறான்; தங்கக் கட்டிகளைத் தூக்கிப் பார்க்கிறான்.

விதவிதமான ஆபரணங்களைக் காண்கிறான். "அற்புதம் அற்புதம்! அந்தணரே! அரங்கன் சயனித்திருந்தது, அந்த அஷ்ட ஐஸ்வரியத்தின்மீது!! தந்திரமான ஏற்பாடு! மறையவரே! தாங்கள் எப்படி இதனை அறிந்தீர்?"

"அரங்கன் அடியேனுடைய கனவில் தோன்றி இதனைக் கூறினார்."

"மக்களுக்குக் கூறலாம் மறையவரே! எனக்கு உண்மையைக் கூறும். எப்படித் தெரிந்தது இந்தச் சூட்சமம்?"

"இந்தச் சூடச்மத்தை, என் அண்ணா, முன்பு ஓர் சிற்பி கூறக்கேட்டு என்னிடம் உரைத்தார்."

"நன்றி, மாதவரே! என் மனமார்ந்த நன்றி. இனித் தஞ்சைத் தரணியில் சுகம் கொஞ்சிடச் செய்கிறேன். இடிந்த கோட்டைகளைச் செப்பனிடுவேன் - தூர்ந்த அகழிகளைத் தோண்டிடச் செய்வேன் - கலைக்கும் இடமுண்டு - மக்களின் நிலை உயரச் செய்வேன் - மனதிலே உள்ள பல திட்டங்களையும் நிறைவேற்றுவேன். மாநிதி கிடைத்தது - மகிழ்ந்தேன் - மறையவரே, உமக்குப் பொன் வேண்டுமளவு தருகிறேன்."

“தங்கள் தயை போதும் வேந்தே!”

“இல்லை, குடும்பத்துக்கு வேண்டுமானால், கூச்சம் வேண்டாம், கேளும்.”

“வேண்டாம் வேந்தே! எனக்கேன் செல்வம்? பெருநிதி தஞ்சை மன்னருக்கு உரியது!”

“என் நன்றிக்கு அறிகுறியாகத் தாங்கள் இந்த முத்தா ரத்தைத்தடை கூறாமல் அணிந்து கொள்ளத்தான் வேண்டும். மறையவரே! இந்தப் பச்சைகள், தங்கள் செவிகளில், குண்டலமாக இருக்க அருள் புரிந்தாக வேண்டும்.”

“வேந்தே! தங்கள் கொடைத்திறனும் அன்பும் கண்டு நான் பிரம்மானந்தமடைகிறேன்.”

“என் களிப்பு அளவு கடந்தது வேதியரே! அண்ணலை மீண்டும் சயனிக்கச் செய்வோம்! பெருநிதிகாத்து, எனக்குத் தந்தருளிய பெம்மானே! உன் பொன்னடி போற்றுகிறேன்.”

கணக்கெழுதி வந்த வெங்கண்ணாவின் நிலை, ஒரேயடியாகத் திடீரென்று உயர்ந்தது. அரசன், அளகிரி, வெங்கண்ணாவுக்குப் புதியதோர் அந்தஸ்தைத் தந்தான். இதன் காரணம் புரியாமல், பலர் பலவாறு பேசிக் கொண்டனர்.

வெங்கண்ணாவைப் பார்த்துச் சிலர் பொறாமைப் பட்டனர்.

பிராமணோத்தமர்கள், வெங்கண்ணாவின் ஜாதகப் பலன் அப்படிப்பட்டது என்று பேசினர்.

வெங்கண்ணா, விவேகி. எனவேதான் வேந்தன் அவரை தன் ஆஸ்தானத்திலே ஆலோசகராக இருக்கச் செய்திருக்கிறார் என்று பேசினர் சிலர்.

தஞ்சை மக்களின் கவனத்தைத் தன் பக்கம் இழுக்கும் அளவுக்கு உயர்நிலை பெற்றான் வெங்கண்ணா - எனினும், அவன் மனம் திருப்தி பெறவில்லை - திட்டம் பூரணமாக வில்லை என்று விசாரப்பட்டான்.

அளகிரி, தஞ்சையை ஆண்டுவந்தான் - எனினும் மதுரைச் சொக்கநாதனே மேலரசன், எனவே அளகிரி, எதையும் அண்ணனைக் கேட்டே செய்து வருவான். அதுதானே முறை! ஆனால் வெங்கண்ணாவுக்கு இது பிடிக்கவில்லை.

அளகிரியை அண்ணனிடமிருந்து பிரித்துவிட வேண்டும் - தனியானால்தான், அளகிரியைத் தன் இஷ்டப்படி ஆட்டி வைக்க முடியும் என்று எண்ணினான் - சூதுமதி கொழுந்து விட்டெரிந்தது. கொற்றவனிடம் சென்றான்.

“பேராற்றல் படைத்த மன்னரே! பெருநிதியும் கிடைத்து விட்டது. ஒரே ஒரு குறைதான்...”

“என்ன குறை?”

“பேராற்றலுள்ள தாங்கள், சிற்றரசாக, பாண்டிய மண்டலத்தக்கு இறை செலுத்தும் அரசாக இருப்பது சரியோ? தனி அரசு நடாத்தத் தகுதியும், திறனும், தீரமும் படைத்திருந்தும், சிற்றரசாக இருப்பது...”

“பாண்டிய நாட்டில் உள்ளவன் என் அண்ணன் தானே! அண்ணனிடம்தானே இறை செலுத்துகிறேன்.”

“சகோதர நேசம் சிலாக்கியமானது மன்னவா! ஆனால், சிற்றரசு பேரரசு என்ற தொடர்பு இருக்க வேண்டுமா, அதற்காக? ஏன் இருக்க வேண்டும். தம்பி தனி அரசு ஆள்வது தகாது என்று பாண்டிய மன்னர் எண்ணுவரோ? தனி அரசுக்கு என்ன தடை இருக்கிறது.”

“தடை ஒன்றுமில்லை. அண்ணன் ஏதாவது தவறாக எண்ணிக் கொண்டால்...”

“அண்ணனின் மனம் என்ன எண்ணும் என்பதை மட்டுந்தானா கவனிக்க வேண்டும்! எதிலே குறைந்தவர் தாங்கள்? வீர திருத்திலா - அறிவு, ஆற்றலிலா - எதிலே குறைந்தவர் மன்னவா!”

“நான் இதுநாள்வரை சிந்திக்கவே இல்லை வெங்கண்ணா! சிற்றரசு என்ற கவனம் கூட இல்லை.”

“ஓலை வந்ததே மன்னவா! இறைப்பணம் அனுப்ப ஏன் தாமதம் என்று! தம்பிதானே, சௌகரியப்பட்டபோது அனுப்பட்டும் என்றா இருந்துவிட்டார், மதுரை மன்னர்? அளகிரிதான் அவருக்குத் தம்பி - தஞ்சை அரசர், கப்பம் கட்ட வேண்டிய நிலையிலுள்ள சிற்றரசர் - இதுதான் மதுரை மன்னரின் நினைப்பு.”

“அப்படித்தான் இருக்கிறது”

“ஏன் அப்படி இருக்கவேண்டும் என்றுதான் கேட்கிறேன். ஏன் தனி அரசாகக் கூடாது, தஞ்சை? தனி அரசாக இருந்தது தானே! தஞ்சை மக்கள் மனதிலே இந்தப் பெருங்குறை இருந்துவருகிறது - தஞ்சை, பாண்டிய மண்டலத்துக்கு உட்பட்ட சிற்றரசாகத்தான் இருக்க வேண்டுமா என்று கவலைப்படுகிறார்கள். மேலும், அண்ணன் இன்று ஆளுகிறார்

பாண்டிய நாட்டில். நேசம், பாசம் இருக்கிறது. நாளை அண்ணன் மகன் ஆள்வானே - அந்தச் சிறுவனுக்கும் நீர் கப்பம் கட்டிக்கொண்டுதானே சிற்றரசனாக இருக்கவேண்டும். நியாயம் ஆகுமா அது?''

''இல்லைதான். ஆனால்...''

''ஆனால் என்ன? மன்னரே! தயக்கமின்றித் தஞ்சை தனி அரசு என்று பிரகடனம் செய்துவிடும். மாசு துடைக்கப் பட்ட மணியாகும் உமது கீர்த்தி. தமிழகத்திலே நீர் ஆட்சி செய்வது, சோழ வளநாடு! சோழநாட்டு வேந்தரான பிறகும், சிற்றரசாக இருப்பது, உமது ஆற்றலுக்கும் அழகல்ல, இந்நாட்டுக் கீர்த்திக்கும் பழிச்சொல்லாகும். வீண் கலக்கமே வேண்டாம்! தஞ்சைத் தனியரசென்று தெரிவித்துவிடுங்கள். சுதந்திர பேரிகைச் சத்தம் எழட்டும். முரசு கொட்டுக, தஞ்சைத் தனி அரசு என்று''

''ஆம்! வெங்கண்ணா! தஞ்சை, இனி தனி அரசுதான் பிரகடனம் தயாரிக்கிறேன்.''

அளகிரியின் அடாத செயல் மதுரை சொக்கநாதனுக்குக் கோபமூட்டிற்று. வெங்கண்ணாவோ, அளகிரிமீது சொக்கநாதன் படை எடுத்து வந்தாலும், சமாளிக்க முடியும் என்று தைரியம் கூறி வந்தான். தம்பிமீது மூண்ட கோபம் வெறுப்பாக மாறிவிட்டது - எனவே, சொக்கநாதன் அற்பன்! அவசரபுத்திக்காரன்! என் மனதைப் புண்ணாக்கி விட்டான். இனி அவனுக்கு யார் துணை? எக்கேடோ கெட்டுத் தொலையட்டும். யார் வார்த்தையையோ கேட்டுக்கொண்டு ஆடுகிறான்' என்று எண்ணி, தொடர்புகளை அறுத்துக் கொண்டான். பெரிய ஆபத்து நீங்கிவிட்டது என்று பூரித்தான், அளகிரி. ''மதுரை மன்னன் மருண்டே போய்விட்டான், பார்த்தீர்களா மன்னவர்!'' என்று உபசாரம் பேசினான்,

வெங்கண்ணா. கப்பலில் இருந்த நங்கூரம் எடுக்கப்பட்டு விட்டது - இனி, கடல் கொந்தளித்தால், கலம் ஆபத்திலே சிக்கிச் சீரழியும். இந்நிலையில், அளகிரி தான் சொல்லுகிறபடி எல்லாம் கேட்டுத் தீரத்தானே வேண்டும் என்று எண்ணினான் வெங்கண்ணா. அந்த வஞ்சகனின் மனக்கண் முன், தஞ்சை மன்னன் அளகிரி தனக்குத் தாசானுதாசனாக நின்றுகொண்டு குற்றவேல் புரியும் காட்சி தெரிந்தது. - புன்னகை, பெருஞ் சிரிப்பாக மாறிற்று. குரலிலே ஒருவகை அதிகாரத்தொனி; நடவடிக்கைகளிலே, ஆணவம் படியலாயிற்று. மன்னனுக்கு யோசனைகள் கூறலானான் - விரைவிலே கட்டளைகள் பிறப்பிக்காலானான். தன் இனத்தாருக்கு, விஜயராகவன், காலத்திலே கிடைத்து வந்தது போலவே காணிக்கைகள், தானங்கள் கிடைத்தாக வேண்டும் என்று கூறலானான். ஆரிய தர்மப் பாதுகாப்புத்தான் அரசனின் முக்கியமான கடமை என்று வலியுறுத்தலானான். செல்வத்தைச் சனாதனக் காரியங்களுக்குச் செலவிடுவதே சரியானது என்று சட்டம் பேசலானான். தயக்கமடைந்த மன்னனைக் கண்டிக்கலானான்.

அளகிரி ஆத்திரத்தைச் சின்னாட்கள் அடக்கிக் கொண்டான்; வெங்கண்ணாவின் ஆணவமோ வளரலாயிற்று.

அளகிரி, வெங்கண்ணாவின் போக்கைக் கண்டிக்கலானான் - ஆட்சி உரிமை தனக்கு என்பதை நினைவூட்டினான் - ஆற்றல் உண்டு என்பதை வலியுறுத்தினான்.

வெங்கண்ணாவுக்கு விஷயம் விளங்கிவிட்டது. இனி, அளகிரி, தன் இஷ்டப்படி ஆடமாட்டான். பொன் கொடுப்பான் பட்டாடை நிறையக் கொடுப்பான், விருந்தளிப்பான், உபசரிப்பான், ஆனால் ஆட்சி முறையை மாற்ற இசையான் - ஆரியதாசனாக மாட்டான் என்பது விளங்கிவிட்டது. கோபம் கொப்பளித்தது. இதற்கா, நான் இவனுக்குப் புதையலை எடுத்துத் தந்தேன். என் வார்த்தையை வேதமாகக் கொள்வான். என் சுட்டுவிரல் காட்டும் வழி

செல்வான் என்றல்லவா, எண்ணிக் கொண்டிருந்தேன். எதிர்த்துப் பேசுகிறான் - துச்சமாகக் கருதுகிறான் - இனி இவனால் ஆபத்தே கூட ஏற்படக்கூடும். எனவே இவனை ஒழித்தாக வேண்டும் என்று தீர்மானித்தான். நச்சு நினைப்பு ஓங்கி வளர்ந்தது! சதித் திட்டம் உருவாயிற்று. அளகிரியும் வெங்கண்ணாவுக்குக் கட்டுப்படுவதில்லை என்ற திட்டமான முடிவுக்கு வந்துவிட்டான். அப்போது:

“மன்னரே! கடைசி முறையாக உம்மைக் காண வந்திருக்கிறேன்.”

“கடைசி முறையா? காலதேவனின் அழைப்பை பெற்று விட்டீரா என்ன?”

“மன்னர் கேலி பேசுகிறார்! காலதேவனின் அழைப்பல்ல; புரட்சி பேசுகிறது என்று அறிவிக்கிறேன்.”

“ஏ! வெங்கண்ணா! உன் உருட்டல் மிரட்டல் வேலைகளை என்னிடம் காட்டாதே. ஏது, அளவுக்கு மீறி ஆர்ப்பரிக்கிறாய். இந்தத் தேசத்தின் மன்னன் முன்பு பேசுகிறோம் என்ற எண்ணம் துளியும் இன்றி, ஆர்ப்பரிக்கிறாய் - விளைவு தெரியாமல்!”

“முன்பு நான் ஆட்சியின் இலட்சணம் இப்படி இப்படி இருக்க வேண்டும் என்று மட்டுமே கூறினேன்.”

“கூறினாயே! கொட்டிக்கொடு, திரவியத்தை எல்லாம் ஆரியக் கும்பலுக்கு என்று! விஜயராகவன் கொட்டிக் கொடுத்து என்ன பலன் கண்டான்?” என்று கேட்டேன்.

“இப்பொழுது நான் வந்திருப்பது, ஆரியரை ஆதரிக்கும் படி உம்மைக் கெஞ்சுவதற்காக அல்ல.”

“வேறு என்ன காரியமோ! வேதத்தின் உட்பொருளை விளக்கவோ?”

“அரச பீடத்தில் அமர்ந்திருப்போனே!”

(கன்னத்தில் அறைந்து) “ஆணவக்காரா! யாரிடம் மரியாதைக் குறைவாகப் பேசுகிறாய்...” (கை தட்டுகிறான்; காவற்காரர்கள் வருகிறார்கள்) இந்த வாய்க் கொழுப்புப் பிடித்தவனைச் சிறையில் தள்ளுங்கள்” என்று சீறுகிறான் அளகிரி - வெங்கண்ணா தலை தப்புமா என்று திகில் கொள்ளவில்லை; திமிருடனேயே நிற்கிறான். ஏன்? உயிரைத் துரும் பென மதிக்கும் உள்ளத்தானா! இல்லை, இல்லை! அளகிரியை ஒழிக்கச் சதித்திட்டம் தீட்டிவிட்டோம், எப்படியும் நிறைவேற்றிவிடுவோம் என்ற தைரியம். மேலும் பிராமணனான தன்னைக் கொன்றால் பிரம்மஹத்தி பிடித்துக் கொள்ளும் என்ற பயம் அளகிரிக்கு இருக்கும். எனவே கொல்லமாட்டான் என்ற தைரியம். மன்னனுடைய கோபம் சிறிது, தணிந்தது. “மண்டைக்கர்வம் பிடித்தாட்டுகிறது இந்தமறையவனுக்கு! எனினும் இவன் என் மண்டலத்துக்குப் பயனளிக்கும் பெருநிதி எனக்குக் கிடைக்கச் செய்தவன் - எனவே சிறையில் போட்டு வாட்ட வேண்டாம் - இவன் இனி என் அரண்மனைக்குள் நுழையக் கூடாது - வெளியே துரத்துங்கள்’ - என்று கூறினான். வெங்கண்ணா வெளியேறினான். “அளகிரி! என்னை யார் என்று அறியாமல் உன் அதிகாரத்தைக் காட்டத் துணிந்தாய். நீ அரசன் - அவ்வளவுதான்! நான் ஆரியன் - அதன் முழுப்பொருளை நீ அறிவாய்.

பகுதி :3

அரசர்களை உண்டாக்க முடியும், அளகிரி! ஆரியன், பிறக்க மட்டுமே முடியும். வெங்கண்ணா ஓர் வேதியன் - போர்வீரனா என்று எண்ணி அல்லவா, என் பேச்சைக் கேட்க மறுத்தாய் - மூடனே! நீ அறியாய் வெங்கண்ணா எந்தப் பரம்பரையைச் சேர்ந்தவன் என்பதை.

"நீ அதனை அறியும்படியாகச் செய்கிறேன்."

"அளகிரி! அந்தணர்களை ஆதரி!"

"ஏன் அந்தணரை மட்டும் குறிப்பிடுகிறீர்! மற்றவர் மக்களல்லவோ?"

"எவ்வளவு மமதையோடு பேசினாய் - என்னை மதிக்க மறுத்தாய் - நீ மண்டலாதிபதி! இருந்தால் என்ன? இனி மண்டலத்துக்கு வேறு அதிபதியைத் தேடுகிறேன், பார். வெங்கண்ணா வீரனல்ல... வேதியன்... தசரதனல்ல; வசிஷ்டன் - அரசனல்ல... ஆரியன் - பார் அவன் ஆற்றலை.

உனக்கு நான், புதைந்து கிடந்த பொக்கிஷத்தைத் தேடி எடுத்துக் கொடுத்தேன் - எதற்கு?

என் குலத்தவருக்குச் செலவிட மனம் இல்லை உனக்கு. ஆரிய சேவை செய்ய மறுக்கும் இந்த அளகிரியை அழித் தொழித்தாக வேண்டும்."

என்று எண்ணியபடி அரண்மனையை, விட்டுக் கிளம்பினான். மூளை வேகமாக வேலை செய்யத் தொடங்கிற்று - துஷ்ட

மிருகங்களுக்குக் கண்கள் இரவிலேதான் ஒளிபெறுமாம் - அதுபோல வஞ்சகத் திட்டம் வகுக்கும்போதுதான் வெங்கண்ணாவின் புத்தி மிகக் கூரிமையாக வேலை செய்யலாயிற்று. இனி நாம் நமது கற்பனைக் காளையும் கலைக் கன்னியும், என்ன செய்கிறார்கள் என்று பார்ப்போம்.

செங்கமலத்தை அரசனாக்க வேண்டும் என்றல்லவா அவர்கள் ஆதரவு திரட்டி வருகிறார்கள். அவர்கள் திட்டம் ஏதும் கொண்டில்லை, தஞ்சைத் தரணியை ஆளும் உரிமை கொண்ட செங்கமலம், எங்கோ ஓரிடத்தில் இருக்கிறான்! அவனை அரசனாக்குவது, நாட்டுப்பற்று கொண்டோருடைய கடமை என்பதை எடுத்துக்கூறி, மெல்ல மெல்ல ஆதரவு திரட்டிக் கொண்டிருந்தனர். அவர்கள் அளகிரியிடம் விரோதம் கொண்ட வெங்கண்ணாவின் உதவிகிடைக்கும் என்று ஆவல் கொள்வது இயற்கைதானே! வஞ்சக வெங்கண்ணாவுக்கும் உரிமைக்காக உயிர் கொடுக்கவும் துணிவுடன் பணியாற்றி வந்தவர்களுக்கும் தொடர்பு ஏற்படாமலிருக்க முடியுமா? செங்கமலம் எனும் அரச குமாரன், நாகப்பட்டினம் செட்டியார் மாளிகையில் இருக்கும் ‘செய்தி’ கிடைத்ததும் கூர்மையான கருவி கிடைத்ததாக எண்ணிக் களித்தான் வெங்கண்ணா. அளகிரியை அழிக்க அபூர்வமான கருவி கிடைத்து விட்டது என்று எக்காளமிட்டான். திட்டம் மேலும் உருவெடுத்தது. கூறுவானா யாரிடமாவது? ஏமாளியா, கூற! திட்டத்தின்படி காரியத்தைச் செய்யக் கிளம்பினான். எங்கு? நாகைக்கா! ப்பூ! அங்கு இலட்சியவாதிகள் செல்லுவர்; இவனோ காரியவாதி. இவன் சென்ற இடம், பீஜபூர்.

பீஜபூரில், சுல்தான் ஆண்டு வந்தான், அங்கு மராட்டிய மாவீரன் சிவாஜியுடைய தம்பி, வெங்காஜி பெரும் பதவியில் வீற்றிருந்தான். படை பலம் கொண்ட வெங்காஜியிடம், வஞ்சகத்தை ஆயுதமாகக் கொண்ட வெங்கண்ணா சென்றான்!

வெங்காஜி, நிலைமையை அறிந்து கொண்டான். வீர வெற்றிகள் பெறலாம் என்ற எண்ணம், தூண்டிற்று. மாவீரன் சிவாஜி போலவேதான் அவன் இளவலும் ரணகள சூரன் எனப் 'பாரத்வர்ஷம்' புகழும் என்று எண்ணினான். அளகிரிக்குத் துணைபுரிய மதுரை சொக்கநாதன் வரமாட்டானென்ற செய்தி, வெங்காஜிக்கு மேலும் தைரியமூட்டிற்று. கிளம்பின படைகள்! வெங்கண்ணா, ஏற்பாடுகளைச் செய்துவிட்டு, தஞ்சை சென்றான்.

மாற்றானுக்கு இடங்கொடேல் என்ற முதுமொழிக்கும் மனு வழி பிறந்தவரின் திட்டத்துக்கும், முரணாக இருக்கிறதே - இதனை எங்ஙனம் பிறர் ஒப்புவர் என்று கேட்கத் தோன்றும் எவருக்கும், இலட்சியத்தை முன்வைத்து, அளகிரி ஆண்டு வந்த தஞ்சையை, உரிமை பெற்ற செங்கமலத்துக்குப் பெற்றுத் தருவதைக் கடமை என்று கருதினர் அவர்கள். வெங்கண்ணா வேற்று நாட்டவனைக் கூட்டிக் கொண்டு வந்து நாட்டைக் காட்டிக் கொடுக்கத் துணிந்து விட்டதை அவர்கள் என்ன கண்டார்கள்? அவர்களுடைய நோக்கமும் நேர்த்தியானது; முறையும் சிலாக்கியமானதாக இருக்க வேண்டும் என்று விரும்பினர். சுயநல நோக்கம் கொண்ட வெங்கண்ணா சூழ்ச்சித் திட்டத்தைத்தானே முறையாகக் கொள்வான். யார் தடுத்தாலும் கேட்கவா செய்வான்? தடை செய்பவர்களைத் தகர்த்திடத் துணிவான். செங்கமலத்துக்காக அவர்கள் கிளம்பினர்! வெங்கண்ணாவோ, அளகிரியை அழிக்கக் கிளம்பினான் - மற்றவர்கள் அவனுக்கு வெறும் கருவிகள்.

"வெங்கண்ணா! என்ன? போன காரியம் முடிந்ததா? நமது கனவு நனவாகுமா?"

"வெற்றியை வெங்கண்ணா அழைக்கும்போது யாரால் அதனைத் தடுக்க முடியும். அளகிரி, அரசு சாஸ்வதம் என்று

எண்ணிக்கொண்டு என்னை உதாசீனம் செய்தான் - அலட்சியப் படுத்தினான் - அவமானப் படுத்தினான்...''

“ஆரிய! சுயசரிதத்தைப் பிறகு கூறுமே! என்ன ஏற்பாடு செய்தீர், செங்கமலத்தை மன்னராக்குவதற்கு? அதைச் சொல்லும் முதலில்.''

“அளகிரியைத் துரத்திக் கொண்டு அழிவு வரப்போகிறது - அரசு அவனிடமிருந்து பறிக்கப்பட்டு - நமது செங்கமலத்திடம் தரப்படும் - நீதான் ஆஸ்தான கலாவாணி - உனக்கு உயரிய அந்தஸ்து - நமது நற்காலம் ஆரம்பமாகிறது. ஆயாசமடையாதீர் - நாம் பட்ட கஷ்டம் வீண் போகவில்லை சிசலேகா! என்னைச் சாமான்யனென்று எண்ணினால் அந்தத் துஷ்டன். வேறப்படைக் காரனா, வேதமோதிதானே என்று எண்ணி இறுமாப்புடன் என்னை எதிர்த்துப் பேசினான். பார், லேகா! இன்னும் சில நாட்களிலே - அடுத்த வெள்ளியன்று - அளகிரியை அழிக்கவரும் பிரம்மாண்டமான படை கிளம்பப் போகும் தூளி, அளகிரி வாழும் அரண்மனையைச் சூழ்ந்து கொள்ளப் போகிறது. பாண்டிய மன்னனின் தம்பி, போரிலே புலி! வருகிறார்கள், இந்தப் புலியைக் கொல்ல, வேட்டைக்காரர்கள்.''

“படையா? எவ்விடமிருந்து? யார் அழைத்து வருகிறார்கள்? தஞ்சைப் பகுதியின் கோடி பாகங்களிலே இருந்து படை திரட்டினீரா?''

“படையைத் திரட்ட வேண்டுமா? திரட்டப்பட்டுத் தயாராக இருப்பதும், திக்கெட்டும் வெற்றிக்கொடி நாட்டி வருவதுமான, ஒரு வல்லரசின் படையை அல்லவா, அளகிரியைத் தொலைக்க வரச்செய்திருக்கிறேன். நாட்டிலே அளகிரி ஒருவன்தானா மன்னன். இவன் ஒருவனிடம் மட்டும் தானா படை இருக்கிறது.''

“வெங்கண்ணா! விளக்கமாகக் கூறுங்கள் - எந்தப் படை? நான் விடுதலைப் படையை தஞ்சைத் தரணியிலுள்ள சுந்தர வீரர்களைக் கொண்டே அமைக்க வேண்டுமென்றேனே! நீர் கூறும் படை எவ்விடத்தது?”

“விடுதலைப் படைதான் இதுவும்! ஆணவ அளகிரியிடமிருந்து தஞ்சையை விடுவிக்கப் போகும் படை - வீரப்படை - வெற்றிப் படை - இந்த வேதியின் சுட்டுவிரல் காட்டும் திக்கைச் சுடுகாடு ஆக்கும் சக்தி வாய்ந்த சண்ட மாருதப் படை - டில்லி பாதுஷாவையும் எதிர்க்கக் கூடிய படை - சசிலேகா! பராக்கிரம மிகுந்த பீஜபூர் சுல்தானின் படை வரப்போகிறது! நமக்கு உதவி புரிய.”

“என்ன! என்ன! வெங்கண்ணா! பீஜபூர் படையா? சுல்தானின் சேனையா?”

“ஆமாம்! வெங்கண்ணாவைச் சாமான்யமென்றானே அளகிரி.”

“ஆஹா! வெங்கண்ணா! என்ன காரியம் செய்யத் துணிந்தாய்? நாசத்தைக் கூட்டிக்கொண்டு வருகிறாயே. நமது நாட்டிலே நியாயம் பெறுவதற்கு! நாம் போராடலாம், புரட்சி நடத்தலாம். சதிகூடச் செய்யலாம். நாட்டுப் பற்றுக் கொண்ட வீரர்களை எல்லாம் திரட்டலாம் - நியாயம். ஆனால் இதற்காக அன்னிய நாட்டானையா அழைத்து வருகிறீர் - தேசத்தை நாசமாக்கும் காரியமாகுமே அது. தஞ்சைமீது பீஜபூர் படைகள் பாய்ந்தால், பிறகு சர்வநாசம் ஏற்படுமே. அளகிரி மட்டுமா, அழகு தஞ்சையே அழிந்து விடுமே. அன்னிய ஆட்சி ஏற்பட்டுவிடக்கூடுமே.”

“வீண் பீதி! பீஜபூர் படை நமக்குச் செய்யும் உதவிக்காகக் கொஞ்சம் பணம்தர ஒப்புக் கொண்டேன். அவ்வளவுதான். ஆட்சி நமது இஷ்டப்படி செங்கமலத்துக்குத்தான். அதிலே சந்தேகம் வேண்டாம். நான் ஏமாளியல்ல.”

“நீ ஒரு எத்தன்!”

“நாவை அடக்கிப் பேசடா, நல்லறிவற்ற நாயே.”

“ஆஹா! அடே, வஞ்சகா! தேசத்துரோகி! என்னையா கேவலப்படுத்தத் துணிந்தாய்.”

(வீரன் வாளை வீசி மார்புக்குக் குறி பார்க்கிறான் - சசி இடையே நின்று கொண்டு)

“வாளை என் மீது வீசு முதலில். வெட்கமில்லையா உங்கட்கு. பொது விரோதியை ஒழிக்க வேண்டிய சமயமிது. இந்தச் சமயத்திலே போர் முறை பற்றிய விவாதத்தில் ஒருவரை ஒருவர் தாக்கிக் கொள்வதா. வெகு அழகு.”

“சசி! உன் மதி கண்டு மகிழ்கிறேன். இவன் கருத்தறியாக் காளை. கண்டபடி பேசுகிறான். கடுங்கோபம் எழச் செய்கிறான். அளகிரியின் படையை, இவனுடைய வாள் வென்றுவிடுமா! துள்ளுகிறான் வீரன்! அளகிரியின் படையை எதிர்க்க, அதைவிடப் பெரியதும், வலிவுள்ளதுமான படையைக் கூட்டி வருவதுதானே யுத்தம்?”

“அதுதான் இல்லை என்கிறேன். வருகிற படை, அளகிரியையும் விரட்டிவிட்டு, தஞ்சையையும் ஆக்கிரமித்துக் கொண்டால்...?”

“வீண் சந்தேகம்...!”

“சந்தேகம் வீண், விபரீதம் என்று எது வேண்டுமானாலும் சொல்லு. ஆனால் அப்படி ஒரு நிலை ஏற்பட்டு விட்டால் என்ன செய்வது?”

“நேரிடாது.”

“என்ன உறுதியின் மீது அதனைக் கூறுகிறீர்!”

“என் அறிவு எனக்குக் கூறுகிறது.”

“அறிவு! அன்னியனிடம் அடைக்கலம் புகுந்து, நம் நாட்டு அரச விவகாரத்தைத் தீர்த்துக் கொள்வது நியாயமல்ல. கேடு நிச்சயம் நாட்டுக்குத்தான்.”

“பீஜபூர் படையை வரவழைப்பது தவறு என்று பேசுகிறாயே; நியாயம், சரி, அளகிரியின் படையை எதிர்த்து நாம் மூவர் என்ன செய்ய முடியும்.”

“நாம் மூவர், கருத்துடன் சிறிது பொறுமையுடன் வேலை செய்து வந்தால், அளகிரியின் படைவரிசையிலேயே பிளவு உண்டாக்க முடியும். தஞ்சையில் வீரர்கள் கிடைக்காமற் போகமாட்டார்கள். படையில் மட்டுந்தான் போர் வீரர்கள் உள்ளனர் என்று எண்ணாதீர். பொதுமக்களுக்குச் சமயம் நேரிட்டால், படைகளையும் எதிர்த்துப் போரிடமுடியும் - தெரியும் - நாம் உள்நாட்டிலேயே ஓர் உத்தமப் படையை நிறுவ முடியும் - அதன் மூலம் வெற்றி பெற முடியும் - வெளி நாட்டான் உதவி இன்றி, நீர் செய்திருக்கும் ஏற்பாடு, கடைசியில் தஞ்சையை அன்னியனுக்குக் காட்டிக் கொடுப்பதாகவே முடியும்.”

“நான் உன்னிடம் வாதிடப் போவதில்லை. என் ஏற்பாடு முடிவானது. தீர்மானம் மாற்ற முடியாதது. பீஜபூர் படைகள் தஞ்சைத் திசையை நோக்கிப் புறப்பட்டு விட்டன.”

“பெரிய பாதகம் புரிகிறாய்.”

“எது எப்படி ஆவதானாலும் எனக்கு அக்கறை இல்லை-, என்னை அரச அவையிலே, ஆணவத்துடன் அவமதித்த அந்த அளகிரி அழிய வேண்டும் - அவனுடைய கொற்றம் கவிழ வேண்டும் - என்னை விரோதித்ததன் பலன் என்ன என்பதை அவிவேகி உணர வேண்டும் - அளகிரி - இரு, வருகிறது படை; வேதிய வெங்கண்ணாவின் வீரப்படை.”

“சசி! கேட்டாயா கெடுமதியாளன் பேச்சை!வருகிறதாம் படை - எதற்கு? செங்கமலத்தை மன்னராக்குவதுகூட இரண்டாந்தரமான வேலை - முதல் வேலை, முக்கியமான வேலை - இந்த மகானபாவரின் மனோ பீஷ்டத்தை நிறைவேற்றுவது. எவ்வளவு சுயநலம் பார்த்தாயா! அளகிரி மீது வஞ்சம் தீர்த்துக் கொள்வதிலேதான் இந்த ஆரியனுக்கும் அக்கரையே யொழிய, தஞ்சையைச் செங்கமலத்திடம் தருவது அல்ல இவன் குறிக்கோள் செங்கமலம், நான், நீ யாவரும் இவனுக்குத் கருவிகள் - துரோகி! இவனை நான் துளியும் நம்ப முடியாது.”

“வீராதி வீரனே! இப்படி என்னைக் கைவிடலாமா? உன்னை மலைபோல நம்பித்தானே இந்தக் காரியத்தில் இறங்கினேன்... எப்படி? போதுமா, இன்னமும் கொஞ்சம் பணிய வேண்டுமா, உன்னிடம்? முட்டாள்! உன் உதவியை எதிர்பார்த்தா நான் இந்த விவகாரத்தில் இறங்கினேன். எவ்வளவு பெரிய படை எனக்கு ஏவல்புரியக் கிளம்பி இருக்கிறது. வீர வெங்காஜியின் தலைமையில்! வெங்காஜி யார் தெரியுமா? சிவாஜியின் தம்பி! சிவாஜி யார் தெரியுமோ? காகுபட்டரின் சிஷ்யன்! காகுபட்டர்யார் தெரியுமோ? என் குலம் - என் இனம் - ஆரியன்! அறிவற்றவனே! உன்னுடைய அட்டகாசத்தை இனி

அனுமதிக்கப் போவதில்லை! (கை தட்ட நாலு பேர் ஓடி வருகிறார்கள்) உம்! முதல் கைதி!"

(கத்தியை வீசுகிறான் - நால்வர் பாய்கின்றனர். சசியின் கரத்தைப் பிடித்து இழுத்துக் கொண்டு போகிறான் வெங்கண்ணா, வீரன் கைது, கைகால் இரும்புச் சங்கிலியால் பிணைக்கப்

படுகிறது.)

"ஆரம்பமே இப்படியா? வெங்கண்ணா! அவரை விடுவிக்கச் சொல்!"

"உன் வேண்டுகோளை ஏற்றுக் கொள்ள முடியாமைக்கு வருந்துகிறேன். பீஜபூர் படையினால்தான் அளகிரியைத் தோற்கடித்துச் செங்கமலத்துக்கு அரசு தரமுடியும். அதனை உணராது ஆர்ப்பரிக்கும் இந்தக் காளையை அந்தப் படை இங்கு வரும்போது வெளியே விட்டுவைப்பது, ஆபத்தாக முடியும். ஆகவே நிலைமையிலே உள்ள கொந்தளிப்பு தீரும் வரையில்..."

"சிறையிடத் தீர்மானமா?"

"சிறையல்ல, சேல்விழியே! சீற்றம் கொள்ளாதே! என் பாதுகாப்பில் வைத்திருக்க உத்தேசம். அவனை மட்டுமல்ல, உன்னையும்தான் -" கை தட்டுகிறான். பணியாட்கள் வருகிறார்கள். அவர்களுக்கு உத்தரவு பிறப்பிக்கிறான். "உம்! இரண்டாம் கைதி! - இந்த லாவண்யவதியை அழைத்துச் செல்லுங்கள்."

முறையல்ல, நெறியல்ல என்று கூறுவதற்கு எவர் முன் வந்தாலும், இதுதானே நடந்திருக்கும். வெங்கண்ணாவின்

வெறி வேறு - இலட்சியவாதிகளின் ஆர்வம் முற்றிலும் வேறானது. நான் காட்டிய கற்பனை வீரன் போன்றாரும் கலை மங்கை போன்றாரும், கபடனாம் வெங்கண்ணாவின் பாதையிலே குறுக்கிட்டால், வெஞ்சிறைதானே கிடைக்கும்! மரணமும் கிடைக்கும். இலட்சியத்துக்காக உழைக்க முன் வந்த கற்பனை வீரனும் கலை மங்கையும், சிறையில் இருக்கட்டும். அளகிரியைக் காண்போம். மராட்டிய வீரன் வெங்காஜி அழைத்து வந்த சுல்தானின் படைகளை, எதிர்த்து நிற்கும் ஆற்றல் அளகிரிக்கு இல்லை. துளியும் எதிர்பாராத நேரத்தில், கொஞ்சமும் எதிர்பாராத இடத்திலிருந்து பலமான தாக்குதல் கிளம்பவே, அளகிரி திகைத்துப் போனான். வெளிநாட்டிலிருந்து படைகளைக் கூட்டிவரும் அளவுக்கு வஞ்சகனான வெங்கண்ணா, தஞ்சைத் தரணியிலே உள்நாட்டுத் துரோகிகளைத் திரட்டாமலா இருந்திருப்பான்? அளகிரியினால், அழிவைத் தடுக்க முடியவில்லை. மதுரை சொக்கநாதனோ, தம்பி அளகிரியின் புத்திக்குத் தக்க பாடம் கிடைக்கட்டும் என்று இருந்துவிட்டான். பீஜபூர்படைகளை ஒழிக்க, அளகிரிக்குத் துணையாக வரவில்லை. தனி அரசல்லவா, தனி அரசு! எவ்வளவு நெஞ்சழுத்தம், அளகிரிக்கு! படட்டும், படட்டும் - எக்கேடோ கெடட்டும்; கெடட்டும் என்று இருந்துவிட்டான். அளகிரி தோற்றான் - படைகள் - சின்னாபின்னமாயின - வெங்காஜி வெற்றி முரசு கொட்டினான் - வெங்கண்ணா வெற்றி வெறியானான். அளகிரி நாட்டைவிட்டு ஓடி ஒளியலானான்! வெங்காஜியின் படை துரத்திச் சென்றது. கடைசியில் அளகிரி அரியலூர் காட்டிலே சென்று ஒளிந்து கொண்டான். தன் நிலைமையை எண்ணி எண்ணிக் கதறினான் - மனம் குழம்பி விட்டது - பித்தம் பிடித்தலைந்தான். வேந்தன் பித்தனானான். வேதியன் வெற்றி வீரனாகத் தஞ்சையில் உலவி வந்தான்!!

"அந்தோ, அழிந்தேன்! மூடன், கபடனுக்கு இரையானேன்! வஞ்சக வெங்கண்ணாவின் சதியால் வீழ்ந்தேன்."

அரசுகளை ஆட்டிப் படைக்கும் ஆரியனே! உன்னை நான், அரசு அவையிலே வீற்றிருக்க அனுமதித்தேன் - உன்னுடைய மோசமான கருத்தை உணரவில்லை.

அரசு நம்மிடம்! படை பலம் நம்மிடம்! இவனிடம் என்ன இருக்கிறது?

போரில் நாம் புலி! இவனுக்குப் போர்த்தொழில் என்ன தெரியும் என்று எண்ணி ஏமாந்தேன்.

வாள் என்னிடம்; வஞ்சகம் அவனிடம்! படை என்னிடம்; கபடம் அவனிடம்! அந்தோ! நான் வீழ்ந்தேன் - விரட்டப்பட்டேன். என் பரம்பரைக்கே பழி தேடிக் கொடுத்தேன்! முத்தமிழ் முழங்கும் தமிழகத்தை, மராட்டியப் படையிடம் ஒப்படைத்து விட்ட பெரும்பாவியானேன்! எல்லாம் அந்த வஞ்சகனால்!

அவனுடைய பேராசைக்கு இடமளிக்க மறுத்தேன் - அவன் என்னை அரச பீடத்திலே ஓர் பதுமையாக இருக்க அல்லவா ஏற்பாடு செய்தான் - அளகிரி - எப்படி அதற்குச் சம்மதிக்க முடியும்? வீரக் குலத்தில் உதித்து, எப்படிப் பஞ்சாங்கக்காரனிடம் பணிய முடியும்?

பாவி! படுமோசம் செய்தானே! பீஜபூரானை ஏவினான் - நாட்டுக்குத் துரோகமல்லவா என்று எண்ணினானா - மக்களுக்குக் கஷ்டமல்லவா என்று நினைத்தானா - நண்பனுக்குத் துரோகமாயிற்றே என்று நினைத்தானா?

இரத்தத்தைக் குடித்தலையும் புலியே, நீ அவ்வளவு துரோகம் செய்யமாட்டாய்!

நயவஞ்சகத்தைக் கற்றுக் கொள்ள, நாட்டுக்கு ஓடு, நரியே! அங்கே உனக்கு நல்ல ஆசான் கிடைப்பான், வஞ்சக வெங்கண்ணா!

புல்லிலே படுத்திருந்து, நடப்பவரைக் கடிக்கும் பாம்பே! உனக்கு இல்லை அவ்வளவு விஷம்! நீ ஆளை மட்டுமே கொல்வாய் - அவன் அரசைக் கொன்றான்!

அந்த வஞ்சகனுடைய பேச்சைக்கேட்டு, என் அண்ணனுக்குத் துரோகம் இழைத்தேன். தன் வீரதீர பராக்கிரமத்தால், தஞ்சையை வென்று, தம்பிக்குத் தரணி ஆளும் தகுதி கிடைக்கட்டும் என்று அன்புடன் என்னைத் தஞ்சைப்பதிக்கு அரசனாக்கினான் - என் அண்ணன்.

நான் நன்றி கெட்டவன்! துரோகி! என் அண்ணனையே எதிர்க்கத் துணிந்தேன். தஞ்சை தனி அரசு! என்றல்லவா பிரகடனம் செய்தேன். எவ்வளவு ஆணவம் எனக்கு? அண்ணன் என்ன எண்ணுவான்? துரோகமல்லவா என்று நினைத்தேனா! இல்லை; வெறி! வஞ்சன் ஊட்டிய வெறி என்னைப் பிடித்து ஆட்டிற்று! மதுரை மண்டலத்துக்குத் தஞ்சை சிற்றரசு அல்ல என்றேன் - தனி அரசு என்றேன் - தனி அரசு! தனி அரசா? 'சனி' அரசு கண்டேன்! இதோ, காட்ட அரசானானேன்.

பீஜபூர் படை வந்திருக்குமா, தஞ்சையும் மதுரையும் ஒரு சக்தியின் இரு கூறுகள் என்ற நிலை இருந்திருப்பின். வந்திருப் பினும், பாண்டிய நாட்டுப் படைகள் பாய்ந்து வந்து மராட்டியரைத் தாக்கி, என் மானத்தைக் காத்திருக்குமே!

துரோகி நான்! என் அண்ணனுக்கே கேடு செய்தேன் - நாடு இழந்தேன் - காடு சுற்றகிறேன் - காட்டிலே

துஷ்டமிருகங்களாவது என்னைக் கொன்று போடக் கூடாதா? எல்லாம் மிரண்டு ஓடுகின்றனவே!

அளகிரிக்கு, அரியலூர் காடுதான் அரண்மனை... அளகிரி!

படுமனமே, படு! பார்ப்பனன் பேச்சைக் கேட்டாய்! படு, மனமே படு!

அளகிரி! அலைந்து திரி, அரியலூர்க் காட்டிலே! ஆரியன் உன் நாட்டிலே - அரண்மனையிலே உலவுகிறான். நீ காட்டிலே அலைந்து கொண்டிரு.

வேண்டும் எனக்கு. இதுவும் வேண்டும். இதற்கு மேலும் வேண்டும் - வஞ்சக வெங்கண்ணாவின் கொஞ்சு மொழியை நம்பிய எனக்கு இதுபோதாது - அரியலூர்க்காடு!

அண்ணா! சொக்கநாத பூபதி! இதோ, புது ராஜ்யம்! அரிய லூர்க்காடு! நான்தான் இங்கே ராஜா! என் பிரஜைகள், ஓநாய், நரி, பாம்பு, புலி, கீரி, காடை, கழுகு... ஏராளம்! ஏராளம்!

“அரியலூர் அரசன் அளகிரி வருகிறார், பராக்! பராக்!”

பித்தம் பிடித்த அளகிரி பிதற்றினான்; கதறினான்; அரியலூர்க் காட்டிலே அலைந்து, அலைந்து, மாண்டு போனான். மணிமுடிதரித்து, படை பல திரட்டி வாழ்ந்து வந்தான். வஞ்சக வெங்கண்ணாவால் வீழ்த்தப்பட்டான்; வேதிய வெங்கண்ணாவின் மமதை மலையென வளரத்தானே செய்யும்? மராட்டிய வீரனுக்ச் சன்மானங்களை வழங்கினான்; பீஜபூர் படைகளுக்குப் பரிசுகள் வழங்கினான். கேவலம் ‘ராயசம்’ வேலை பார்த்து வந்தான் - கணக்கெழுதும் வேலை -

அவன், 'ராஜாங்கப் பொக்கிஷத்தைத் திறந்து, சிவாஜியின் தம்பிக்கு வெகுமதிகள் அளிக்கிறான்!

வாள் ஏந்தி அறியான்! களத்திலே கிளம்பும் ஒலிகேட்டாலே உயிர் போகும் விதமான மனத்தினன் - அவன், தஞ்சைத் தரணியிலே தன்னிகரில்லா வெற்றி வீரனாக விளங்குகிறான்.

செங்கமலம் அரசனானான் - வெங்கண்ணாவின் திறமே இதற்குக் காரணம் என்று வியந்தனர் சிலர் - அவனுடைய ஆற்றலைக் கண்டு பயந்தனர் பலர் பீஜபூர் படைபெற வேண்டிய பணத்தைப் பெற்றுக் கொண்டு, திரும்பிச் சென்றுவிட்டது. செங்கமல மன்னன் ஆட்சி ஆரம்பமாயிற்று! வெங்கண்ணா இனித் தன் ஆதிக்கத்துக்குக் குறைவு இல்லை என்று எண்ணினான். செங்கமலம், பெயருக்கு மன்னனாக இருக்கட்டும் - ஆட்சி, அதிகாரம் நம்மிடம் இருக்கும் என்று திட்டமிட்டான். முடி அவனிடம்; பிடி, நம்மிடம் என்று எண்ணினான். வெங்காஜி, தஞ்சையைவிட்டுப் போகுமுன்பே, தஞ்சைத் தரணி வெங்கண்ணாவின் அதிகாரத்தின் கீழ்த்தான் சிக்கிவிடும் என்பதை அறிந்தான் - யூகமுள்ள எவருக்கும் தெரியக்கூடியதுதானே அது. விடைபெற்றுக் கொள்ளும் போது, வெங்காஜியும் வெங்கண்ணாவும், எவ்வண்ணம் உரையாடல் நிகழ்த்தியிருப்பர்? எண்ணிப் பாருங்கள்.

பகுதி: 4

"செங்கமலம், சிறுவன்! சிரத்தில் முடியும்; கரத்தில் செங்கோலும் இருக்கிறது. ஆயினும்..."

"ஆட்சி புரிவதற்கான பக்குவம் இல்லையே என்பீர்."

"செச்சே! ஆளத்தான் நீர் இருக்கிறீரே! வெங்கண்ணா உம்முடைய அதிர்ஷ்டமே அதிர்ஷ்டம். அரசனாக இருப்பதை விட அரசனை ஆட்டிப் படைப்பவனாக இருப்பது, இலாபமானது - மேலும், அரசபீடத்தில் இருப்பவன் சிறுவன் உம்மால் மன்னனானவன். உம்முடைய சிருஷ்டி! உமது கைப்பதுமை! தஞ்சைத் தரணிக்கு! உண்மை அரசர், செங்கமலம்! பட்டம் மட்டுமே அவனுக்கு - அதிகாரம் அனைத்தும் உமக்கே."

"உமது உதவியாலேதான், உரிமையுடைய செங்கமலம் மன்னரானார்!"

"மன்னரானார் - மண் பொம்மை! வேதியரே! பிடி உம்மிடம்தானே இனி. நாங்கள் போரிட்டோம் உன்பொருட்டு - இரத்தம் கொட்டினோம் - பொன் பெற்றோம்; இல்லை என்று கூறவில்லை - ஆனால் அரசை ஆளும் பதவி உமக்குக் கிடைத்தது. இன்று மட்டுமா! உமக்கு மட்டுமா! தஞ்சையில் விஜயராகவன் அரசாண்டான் - கோவிந்த தீட்சிதருக்குத்தான் செல்வாக்கு. அளகிரி ஆண்டான். உமக்குப் பெருமதிப்பு -செங்கமலம் ஆள வந்திருக்கிறான் - உமக்கே தான் செல்வாக்கு. அரசர்கள் வருவர், போவர். ஆட்டிப் படைக்கும் ஆரியரிடமே அதிகாரம் இருக்கும் என்று ஏற்படுகிறது. இதுவல்லவா அதிர்ஷ்டம்.

நான் வருகிறேன்; வேதிய வடிவில் உலவும் தஞ்சை வேந்தனே! விடைபெற்றுக் கொள்கிறேன்.''

வெங்கண்ணாவின் மனக்கண்முன், வெங்காஜி குறும்புப் புன்னகையுடன் தன் எதிரே நின்ற காட்சி தெரியலாயிற்று. வெங்கண்ணா, கேட்க வேண்டியதுதான் தாமதம். செங்கமலம், உடனே முதலமைச்சர் பதவியைத் தன் காலடியிலே வைப்பான் என்று எண்ணினான் வெங்கண்ணா. கேட்கவும் செய்தான். செங்கமலத்துக்கோ ஒரு பெரிய சிக்கல்! பீஜபூர் படையை அழைத்து வந்து, தஞ்சைத் தரணியை அளகிரியிடமிருந்து மீட்டு, முடி தந்தவர், வெங்கண்ணா - அவர் முதலமைச்சர் பதவியைக் கேட்கிறார். அதேபோது, அரசு இழந்து அனாதைக் குழந்தையாக இருந்த காலம் தொட்டு, அன்போடு தன்னைக் காப்பாற்றி வந்த, வளர்ப்புத் தந்தை, தன்னை முதலமைச்சர் ஆக்கவேண்டும் என்று கேட்கிறார் - அவருடைய பேச்சையும் தட்டி நடப்பதற்கில்லை; சிக்கலாகி விட்டது பிரச்சனை!

வெங்கண்ணா, தனக்கே அந்தப் பதவி உரியது, ஏனெனில், செங்கமலம் மன்னனானதே, என்னால்தானே என்று எக்காளமிட்டான்.

''அரசனானாய், மகனே! ஆனால் எதனால்? உன்னைப் பிழைத்திருக்கச் செய்தோம், நாங்கள், அதனால்! தஞ்சை அரச குடும்பம் அழிந்துபட்டது - உன்னை மரணத்தின் பிடியில் சிக்கிவிடாமல் பாதுகாத்தவர்கள், நாங்கள் - எனவே, உனக்குக் கிடைத்த அரசாட்சியிலே, எங்களுக்குத்தான் முதல் 'பாத்யதை' உண்டு'' என்று வாதிட்டனர் வளர்ப்புப் பெற்றோர்.

''மகனே! நீ உண்மையிலேயே ராஜா ஆவதற்கு முன்பே - அந்த எண்ணம் வரவே முடியாத காலத்திலேயே உன்னை,

அன்புடன், "ராஜா! ராஜா!" என்று கொஞ்சிய தாய் கேட்கும் பிச்சையை, துச்சமென்று தள்ளிவிடுவது தகுமா?

எவ்வளவு அன்புடன் அவர் உன்னை வளர்த்து வந்தார். உன்னைத் தூக்கிச் சுமந்து சுமந்து தழும்பேறிய தோளிலே, பீதாம்பரம் போர்த்து, பிரதானியரில் முதல்வராக இருக்கச் சொல்வதா? உன்னால் முடியாத காரியம்! உனக்காக நாங்கள் பட்டபாடு கொஞ்சமா?" என்று தாய் கேட்க, 'அம்மா! என்னை வாட்ட வேண்டாம்...' என்று கதறிக் கூறுகிறான் செங்கமலம். இந்தச் சிக்கலான நிலையிலே, மன்னன் இருந்தான் - மமதை வளர்ந்துவரும் நிலையில் வெங்கண்ணா இருந்தான். "கெஞ்சிப் பெற வேண்டுமா நான், தஞ்சைத் தரணி, அவனுக்கு என்னால் கிடைத்தது என்று உறுமிடலானான் வெங்கண்ணா.

பதவிப் பித்தம் பிடித்தாட்டலாயிற்று - சரி - இரண்டிலொன்று பார்த்துவிட வேண்டியதுதான் என்று துணிந்து விட்டான் வஞ்சக வெங்கண்ணா. செங்கமலத்தை மிரட்டலானான். மன்னன் தனக்கு ஏற்பட்டுள்ள சிக்கலை எடுத்துரைத் தான். சீறினான் வெங்கண்ணா. அந்தச் சீற்றத்திலேவெங்கண்ணா, மன்னனை எவ்வளவு துச்சமாகக் கருதியிருக்கிறான் என்பது வெட்ட வெளிச்சமாயிற்று.

"மன்னரே!... மன்னரானவரே! மன்னராக்கப்பட்டவர் நீர் என்பதை மறப்பது நன்றல்ல! நன்றி கொன்றவருக்கு நாடாளும் பட்டம் இருந்து என்ன பயன்! காட்டு நீதி காட்டுகிறீர் - உமக்கு இந்த நாட்டைப் பெற்றுத் தந்த என்னை உதாசீனம் செய்கிறீர்..."

"என் அன்னையின் கண்ணீர்...?"

"என் கோபம்?"

“இரண்டுக்கும்தான் பயப்படுகிறேன்.”

“இரண்டில் ஒன்றுக்குத்தான் கட்டுப்பட வேண்டும். அரசு அமைத்த என்னை அமைச்சனாக்காவிட்டால்... எங்கோ கிடந்த உன்னை தஞ்சைப் பதிக்கு மன்னனாக்கிய என்னை விரோதித்துக் கொண்டால்...”

“மறையவரே! என் சிக்கல் தீர்ந்தது - வேதனை ஒழிந்தது.”

“முடிவுக்கு வந்தீரா? முடி தந்த எனக்கு...”

“நல்ல முடிவுக்கு வந்தேன்.”

“என்ன முடிவு செய்தீர்? அமைச்சர் பதவி...?”

“என் தந்தைக்கு அளிப்பது என்று முடிவு செய்துவிட்டேன்.”

“ஆ!... அமைச்சுப் பதவியை எனக்கு அளிக்கப் போவ தில்லையா - அழிவை அணைத்துக் கொள்ள...”

“ஆணவத்தை அழிக்கத் தீர்மானித்துவிட்டேன்.”

“ஆரியரே! உமது சீற்றமே, என்சிக்கலைப் போக்கிற்று.”

கட்டளையிட்டுப் பெற வேண்டிய என் தாய், கண்ணீர் பொழிகிறாள். கபடமே உருவானநீ, என்னை மிரட்டிப் பதவியைப் பறிக்கப் பார்க்கிறாய்.

அரசனான மகனே! என்று அன்னை அன்புடன் அழைக்கிறாள்.

ஆணவத்தோடு நீ பேசுகிறாய், என்னை அரசனாக்கியதாக.

நீயும், என் மனம் உருகப் பேசினால் என்ன செய்வது - இருவருக்கும் நான் கடமைப்பட்டவனாயிற்றே - அன்னையின் கண்ணீர் - ஆரிய நண்பனின் அன்பு மொழி எனும் இரண்டும் எம்முன் பொழியப்பட்டால், நான் மனக்குழப்பமடையத்தானே வேண்டி வரும் - யாருடைய மொழிக்குக் கட்டுப்படுவது என்று எண்ணிக் குழம்பினேன் - உன் ஆணவப் பேச்சு எனக்கிருந்த குழப்பத்தைப் போக்கிவிட்டது. என் தாயின் கண்ணீர் வென்றது."

"நிதானமாக யோசித்துச் சொல் - சிரத்தில் இருக்கும் மூடி."

"பரம்பரைப் பாத்யத்தின் சின்னம் - அறிந்துரைத் தாய் - அவ்வளவுதான் - அரசனாக்கினான் - எதற்கு? உனக்கு அடியமையாக இருக்கவா? இதற்கு நான் ஏன் அரசனாக இருக்க வேண்டும்! இப்போதல்லவா தெரிகிறது, உன் போக்கின் காரணம் - தஞ்சைக்கு நீ ஓர் பொம்மை ராஜா தேடுகிறாய் - அதற்கு என்னைப் பொம்மையாக்குகிறாய் - அரசனாக இருப்பேன் - இல்லையேல் சாதாரண மனிதனாக இருப்பேன் - அடிமையாக மட்டும் இருக்கமாட்டேன் - முடி தரிப்பது உனக்குப் பிடி ஆள் ஆவதற்கு என்றால், இது என் காலடியில் கிடக்கட்டும் - கவலை இல்லை - இதை வேண்டேன்."

"அரசர், ஏட்டுச் சுரையை நம்புகிறார்.!"

"நீ உன் பரம்பரைக் குணத்திலே நம்பிக்கை வைக்கிறாய் - அரசுரிமை எனக்கு நிலைக்காதபடி செய்துவிட யோசிக்கிறாய் - முடியவும் கூடும் - ஆனால் முடிதான்போகும் என்

தன்மானம் நிலைக்கும் - அரசன் என்ற பெயர் இராது; அதேபோது ஆரிய அடிமை என்ற இழி சொல்லும் எனக்கு இராது - அரச பீடத்தில் அமர்ந்திருக்கலாம்; ஆனால் ஆரியதாசனாக இருக்கச் சம்மதிக்க வேண்டும் என்ற நிபந்தனை விதிக்கிறாய், கேள், ஆணவம் கொண்டவனே! நான் தாசனாக மாறுகிறேன் - அதனால் தஞ்சைத் தரணி ஆளும் நிலை போனாலும் கவலை இல்லை.

போ! அரசு இருக்குமட்டும் அரசனாகவே இருப்பேன் - உன் அடி பணிய மாட்டேன்.

என் அன்னை வென்றாள் - போ! முடிந்த முடிவு!

“ஆம்! முடி போவதானாலும் சரி என்ற முடிவுக்கு வந்தாகி விட்டது.”

“சரி!”

எரிமலை வெடித்தது! வஞ்சகம் பீறிட்டுக் கிளம்பிற்று! வெங்கண்ணா சீறினான்! ‘சரி’ என்று கூறினானே, என்ன அதன் பொருள்? சரி, இவ்வளவுதானா, உன் நன்றி காட்டும் தன்மை என்று வெறுத்துக் கூறினான் என்பதா! செச்சே வெங்கண்ணா அல்லவா, சரி என்று சொன்னான். அண்ணன் தம்பிக்குள் பகை மூட்டிய வெங்கண்ணா! அளகிரியை அழிக்க அன்னிய நாட்டுப் படையை அழைத்துவந்த வஞ்சகனல்லவா? சரி, என்றான்! அதன் பொருள் என்ன? சரி, எனக்கு உபயோகப்பட முடியாதா, உன்னால். இனி, உன்னையும் தொலைத்து விடுகிறேன் என்பதுதான்! செங்கமலம் என் பேச்சை மறுத்துவிட்டான், எனவே, இனி அவன் மன்னனாக வீற்றிருப்பதா, நான் அதைக் காண்பதா என்று எண்ணினான். நாட்டுப் பற்றுக்கொண்டவனாக இருந்தால், வாளா இருந்து விட்டிருப்பான். வெங்கண்ணா போன்ற வன்கணாளர்களுக்கு,

நாட்டுப்பற்று, நெறி, முறை எதுதான் உண்டு? யாரை அழித்தாகிலும், வாழ்வுபெற வேண்டும் - என்பது தானே அவன் போன்றாரின் எண்ணம்? எனவே வெங்கண்ணா செங்கமலத்தை ஒழித்து விடுவது என்று தீர்மானித்தான். எப்படி என்று ஒரு கணம் யோசித்தான் - உடனே புன்னகை பிறந்தது. வெண்ணெயை வைத்துக் கொண்டு, நெய்க்கு அழுவதா? வெங்காஜி இருக்கும்போது, வழி வேறு தேடவா வேண்டும் என்று மெல்லக் கூறிக் கொண்டான். வேகமாகச் சென்று வெங்காஜியைக் கண்டான்.

"வெங்காஜி! வெற்றி உம்மை அழைக்கிறது. தஞ்சை உமக்காகக் காத்துக் கொண்டிருக்கிறது அரசாள்வதற்கேற்ற அறிவாற்றல் படைத்தோனே! அரசபீடம் தயாராக இருக்கிறது - வருக!"

"வெங்கண்ணா! என்ன பேசுகிறீர்?"

"பேசுகிறேனா! அழைக்கிறேன், மகாப் பிரபோ! அரசாள வருக என்று அழைக்கிறேன்."

"சித்த ஸ்வாதீனமற்ற."

"நிலை அல்ல!"

"விருந்துக்கு அழைப்பதுபோல..."

"விருந்துதான்! வெஞ்சமர்தானே வீரருக்கு விருந்து. முன்னம் தஞ்சையினின்றும், தகுதியற்ற அளகிரியை விரட்ட வந்தீர் - வென்றீர் - இம்முறை, தஞ்சைக்கு அரசனாக வீற்றிருக்கும் அறியாச் சிறுவனின்ன அடாத செயலால் நாடு சீர்குலைந்து நாசமாகாமல் தடுக்க..."

"தடுக்க..."

"தஞ்சையை அவனிடமிருந்து மீட்கவேண்டும்."

"மீட்க வேண்டுமா?"

"ஆம்! பிறகு, அரியாசனத்தைத் தாங்களே அலங்கரிக்க வேண்டும்."

"வெங்கண்ணா, பேசுவது தஞ்சை அரசுபற்றி! வெங்காஜியிடம், மராட்டியனிடம், அந்நியனிடம். வெளிநாட்டானிடம்."

"வெங்காஜியிடம் பேசுகிறேன் - வீரனிடம் பேசுகிறேன் - அந்நியன்! வெளி நாட்டான்! அர்த்தமற்ற வார்த்தைகள், ஆற்றலுள்ளவன் அரசனாதலே முறை."

"புதியதோர் நீதி நூல்!"

"நீதியல்ல என்றே கூறுவர். எனினும்..."

"தேசத் துரோகமுமாமே!"

"அப்படியும் கூறுவர் - யார் எப்படிக் கூறினும், செங்கமலம் இனித் தஞ்சையை ஆளக்கூடாது - செங்கோல், ஓர் வலிவுள்ள கரத்தில் இருக்க வேண்டும் - அந்தக் கரம் - இது தமிழ் நாட்டிலே அமைதியையும் ஆனந்தத்தையும் அளிக்கும் அரும்பணி புரிய இக்கரம் வேண்டும்!"

"அழைப்பது அமளிக்கன்றோ!"

“அமளிக்குப் பிறகு ஆனந்தமன்றோ!”

“ஆரிய! ராஜதந்திரப் பேச்சை நிறுத்துங்கள்; செங்கமலத்தை ஒழித்துவிடத் தீர்மானித்த காரணம்.”

“காரணம்! அவனை அரசனாக்கியதே தவறு என்பதை உணர நேரிட்டதுதான்.” வேண்டிக் கொள்வேன். தஞ்சைத் தரணி இயற்கையின் கொஞ்சு மொழியால் சீராட்டப்படுவது - காவிரி பாயும் பொன்னாடு - பொன் விளையும் பூமி - வளமிக்க நாடு.”

“உண்மை! செல்வம் கொழிக்கும் தேசம்! நீர்வளம், நிலவளம், குடிவளம் நிரம்பியது.”

“அது அருவி பாட - ஆற்றோரத்தில் அதற்கு ஏற்றபடி தமிழணங்குகள் ஆடுவர் - சோலையிலுள்ள கிளியும் குயிலும் பாட, அதற்கேற்றபடி மயில் ஆட, - மன்னவா! - முன்கூட்டியே கூறிவிட்டேன் மன்னா என்று - இத்தகைய இயற்கையின் எழில் மிக்க எமது நாடு.”

“துறைமுகங்களும் உள்ளன.”

“ஆம்! வெளி உலகுடன் தொடர்பு சுலபம் - கப்பல் வாணிபம், பண்டைக்கால முதலே உண்டு, தமிழகத்துக்கும் யவனத்துக்கும்.”

“வெங்கண்ணா! தஞ்சைத் தரணியைக் காப்பாற்றத் தயங்கேன்...”

“தஞ்சை வேந்தே! மன்னன் வெங்காஜி வாழ்க!”

“உஸ்... இதற்குள்...”

“ஏன்? இதுமுதல் என்று கூறும் - செங்கமலம் தொலைந்தேன்... வெங்காஜி வேந்தனானான் - வெங்கண்ணா வென்றான்.”

பிறகு! பிறகா? செங்கமலம் விரட்டப்பட்டான்; வெங்காஜி வேந்தனானான்! தமிழகத்திலே, மராட்டியர் ஆளவந்தனர்! சாத்பூரா மலைச்சாரலில் பிறந்த வெங்காஜி, காவிரி பாயும் தஞ்சைக்கு மன்னனானான்! மராட்டிய அரசு அமைந்தது, தமிழகத்தில்! இமயத்தில் இலச்சினையைப் பொறித்த வீரன் வாழ்ந்த தமிழகம், கனக விஜயன் தலையில் கல்லேற்றிச் சுமக்கச் செய்த தமிழகம், கடாரம் கொண்ட தமிழகம், மராட்டியரின் ஆட்சிக்கு இடமளித்துத் தாழ்நிலை பெற்றது! எப்படி? வெங்கண்ணாவின் வஞ்சகத்தால்! தஞ்சையின் வீழ்ச்சிக்குக் காரணம், வெங்கண்ணா எனும் வேதியன் என்பது, எவ்வளவு பேருக்குத் தெரியும்! தெரிந்த சிலர் கூறினாலும், எவ்வளவு பேருடைய செவியில் வீழ்ந்து, சிந்தனையைக் கிளறுகிறது! பிறந்தது தமிழகத்தில்; வாழ்ந்தது தமிழகத்தில்! பழகியது தமிழருடன்! பேசியது தமிழ் மொழி! எனினும், தமிழகத்தில் பூந்தோட்டத்தை, மராட்டியருக்குக் காட்டிக் கொடுத்தான் கயவன்! அந்நிய ஆதிக்கத்தைப் புகுத்தினான்! பொன்னும் பொருளும், போக போக்கியமும், மானியமும் பட்டயமும் பெற்றான் - பேராசை தணிந்திருக்கும். தமிழரின் தன்மானமோ - அழிந்துபட்டது; தஞ்சை வீழ்ந்தது - மராட்டிய அரசு ஆரம்பித்தது. மறத்தமிழர் நாட்டில்.

நாடு, உரிமையாளரிடம் இருக்கிறதா, அந்நியனிடம் ஆட்பட்டுக் கிடக்கிறதா என்பது பற்றிய கவலையற்று, கொடுங்கோலா, செங்கோலா என்பதைப் பற்றிய கவலையு மற்று, நமக்கு அந்தஸ்து உயர்வு உண்டா, நமது இனத்துக்கு மேலான நிலை இருக்கிறதா, பாடுபடாமல் பிழைக்கவும், பரிமளமிக்க வாழ்வு பெறவும், மேற்குலத்தோன் என்ற நிலை இருக்கவுமான முறையிலே நாடு நடத்ததப்படுகிறதா என்ற

சுயநல வெறியுணர்ச்சி கொண்டு வெங்கண்ணா இருமுறை அரசுகளைக் கவிழ்த்தான் - நாட்டை நாசப் படுகுழியில் தள்ளினான்! இதுபோல, பரந்த இந்தத் துணைக் கண்டத்தில், வஞ்சகம் வென்றதைக் காட்டும் வேதனைதரும் நிகழ்ச்சிகள் பலப்பல நடைபெற்றன! அரசுகள் அழிக்கப்பட்டன - அறம் அழிக்கப்பட்டது - நாடு சீரழிவு பெற்றது. சுயநலமும் சூழ்ச்சித் திறனும், இனவெறியும், வைதீக வெறியும் கொண்டவர்கள் நாட்டுக்கு ஏற்படுத்திய நாசம், ஒன்றிரண்டு அல்ல - உள்ளத்தைக் குலுக்கக்கூடிய சம்பவங்கள் பலப்பல! தஞ்சை வீழ்ச்சி, அது போன்ற சம்பவங்களிலே ஒன்று! சரிதம் தரும் எச்சரிக்கை!

(திராவிட நாடு - 1953)

★★★

9 788198 796363

Printed at Repro India Ltd.